पाणी पाहता रूप

विद्युल्लेखा अकलूजकर

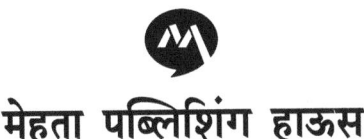

मेहता पब्लिशिंग हाऊस

DARPANEE PAHATA ROOP by Viddullekha Aklujkar

दर्पणी पाहता रूप : विद्युल्लेखा अकलूजकर / कथासंग्रह

© विद्युल्लेखा अकलूजकर

Viddullekha Aklujkar, 5346 Opal Place, Richmond B.C., CANADA, V7C 5B4

Email : vidyut.aklujkar@gmail.com

प्रकाशक : सुनील अनिल मेहता, मेहता पब्लिशिंग हाऊस,
१९४१, सदाशिव पेठ, माडीवाले कॉलनी, पुणे - ४११ ०३०

अक्षरजुळणी : स्पिरिट इन्फोटेक, पुणे

मुखपृष्ठ : चंद्रमोहन कुलकर्णी

प्रथमावृत्ती : फेब्रुवारी, २०११

ISBN 978-81-8498-215-2

बृहत्कथा, पेरुंकथै, आणि कथासरित्सागर
यांतील कथांच्या गर्द जाळीत रमणारा मुक्तक
आणि
जेन ऑस्टिनपासून जेम्स हेरियटपर्यंत उत्तमोत्तम कथा
मला रात्री वाचून दाखवणारी रसिका
या माझ्या मुलांस....

ऋण मानावे किती जणांचे?
जे जे खपले, श्रमले त्यांचे.
त्या सर्वांच्या परिश्रमांचे
ऋण माझ्यावर सदा विराजे ।
                    -विद्युल्लेखा

मेहता पब्लिशिंग हाऊसतर्फे राजश्री देशमुख,
स्पिरिट इन्फोटेकतर्फे उल्का पासलकर,
आणि चित्रकार चंद्रमोहन कुलकर्णी
ही त्यातली ठळक नावे.

मनोगत

माझ्या बारा कथांचा हा संग्रह. यांतील बहुतेक सगळ्या गेल्या दोन दशकांत लिहिल्या. सहस्त्रक संपतासंपता आणि संपल्यानंतरच्या अशा संक्रमणाच्या दशकांतल्या या कथा. 'माय' ही एकच कथा जरा अधिक पूर्वीची आहे.

सर्वच कथांना परदेशाचा, मुख्यत: कॅनडाच्या पश्चिम तीरावरचा संदर्भ आहे. परंतु स्थलकालापलीकडचं काही कथांमध्ये सापडलं, तरच त्या वाचकाला भावणार. तशा त्या रुचोत अशी मी आशा करते.

मला कादंबरीच्या विस्तृत आवाक्याइतकाच कथेचा मर्यादित आकार आवडतो. एखादी खिडकी उघडून काही क्षण पलीकडच्या जगात डोकावण्याचा प्रकार कथेत घडतो. एखादी कथा कवितेसारखी तरल बनते, तर एखादीमध्ये नाटकाची नांदी ऐकू येते. कथेला कुणीही कसंही वळवावं. ती वळते.

मला जेव्हाजेव्हा काही उत्कटतेने जाणवलं, तेव्हाच कथा लिहिल्या गेल्या. त्यांनीच आपापले आकार निवडले. मी केवळ ते वाचकांपर्यंत पोहचवण्याची हमाली केली.

मी 'क्षणाची कथालेखिका आणि अनंत काळची वाचक' आहे.

वाचक-लेखकामधला संवाद पुष्कळदा अप्रत्यक्ष आणि अव्यक्तच राहतो. मात्र मला माझ्या वाचकांनी त्यांचे बरेवाईट अभिप्राय कळवले तर आनंद वाटेल.

– विद्युल्लेखा अकलूजकर

अनुक्रम

दर्पणी पाहता रूप

कॅथलीनच्या घरी आज सगळ्या मैत्रिणी जमणार आहेत. तिच्या शेजाऱ्यांना तिने आधीच सांगून ठेवलंय की, आजच्या दिवस आवाज, दंगा, कलकलाट वगैरेंना माफ करा. तेही शहाणपणाने दिवसभर बाहेर गेलेत, तेव्हा मैत्रिणींना रान मोकळं आहे. कॅथलीनच्या स्वतंत्र जगण्याच्या निर्णयाला आज पाच वर्षं झालीत आणि त्या निमित्ताने तिचा 'स्वातंत्र्यदिन' साजरा करण्यासाठी आज मैत्रिणींना खास आमंत्रण आहे. बाहेरून पिझ्झा मागवायचा, व्हिडिओ बघतबघत पिझ्झा खायचा आणि नंतरची कॉफी-डेझर्ट्स मात्र घरची, असा बेत! कॅथलीनने तिचा खास लेमन मरँग पाय केलाय आणि शिवाय ननायमो बार्स आणि मक्रून कुकीज. नंतरही रात्र तिच्याच घरी काढणार सगळ्या मैत्रिणी. तिच्या या स्वतंत्र संसाराच्या उभारणीला तिला ज्यांनीज्यांनी खास मदत केली होती, अशाच मैत्रिणींना आज बोलावलंय तिने– ललिता, सितारा, रोशन आणि ज्योडी.

घरातले सगळीकडचे आरसे पुसून चकचकीत करत कॅथलीन फिरतेय. या घराला आरसे भरपूर आहेत आणि प्रत्येक आरशाशी कॅथलीनचं वेगवेगळं नातं आहे. दार उघडून आत आल्याबरोबर समोरच्या भिंतीवर एक सुंदर, पूर्ण उंचीचा आरसा आहे. हा आरसा कॅथलीनला आवडतो. कारण त्यात ती आपलं जगाला दाखवायचं रूप, हसरा चेहरा, स्वच्छसुंदर कपडे आणि मोजक्या अलंकारांनी नटलेलं चित्र पाहते. घरात आल्याआल्या जरी त्यात आपला दमलेला, कामाने थकलेला चेहरा दिसत असला, तरी रोज सकाळी बाहेर जाताना त्याच चौकटीत तिला आपली

टापटीप छबी न्याहाळता येते, म्हणून ती त्याला 'मिस्टर क्लीन' म्हणते. घरातून बाहेर निघताना 'बाय, मिस्टर क्लीन, सी यू लेटर.' करून त्याचा निरोप घेऊन, त्याला आणि पर्यायाने त्यातल्या आपल्या छबीलाच एक उडतं चुंबन फेकून ती निघते. तसा बाथरूममध्येही भिंतभर नितळ आरसा आहे, पण बराच वेळ गरम पाण्याचा शॉवर घेतल्यामुळे कॅथलीनच्या घरात तो अनेकदा धुकाळलेला असतो. त्यात पाहताना तिला नेहमी भविष्यकाळात डोकावल्यासारखं वाटतं. त्याला ती 'फ्यूचर टेन्स' म्हणते. त्या आरशात नुसतेच वस्तूंचे अंधुक आकार दिसतात आणि अंतरातली अनिश्चिती जाणवते, पण खेळ म्हणून त्यात बोटांनी चित्रं काढायला किंवा स्वत:लाच निरोप लिहून ठेवायला तिला आवडतं. दर दिवसाचे तिचे मनोभाव तिथं उमटतात. कधी ती तिथं हसरा चेहरा काढून ठेवते, तर कधी रुसका चेहरा. कधी लिहिते, 'Rise and Shine.' तर कधी 'The first day of the rest of your life.'

शिवाय तिच्या बेडरूममधल्या क्लॉझेटच्या दारांनादेखील आरसे आहेत. हे आरसे म्हणजे कॅथलीनचे दोस्त आहेत. 'You are my buddies, fellows!'अशी कबुली ते अनेकदा ऐकतात. ती दारं मध्यावर दुमडून उघडणारी आहेत. ती अर्धी उघडून ठेवल्यावर तिथं उभं राहून मागूनपुढून, सगळीकडून स्वत:ला निरखता येतं. कॅथलीनचा तो एक छंदच आहे, स्वत:ला सगळीकडून न्याहाळण्याचा. गंमत म्हणजे प्रत्येक वेळी त्या आरशात तिला आपलं रूप वेगळंच दिसतं. डावीकडून पाहिलं म्हणजे आपल्या वडिलांच्या चौरस चेहऱ्याचा भास होतो. उजवीकडून पाहिलं की, आईच्या गालांवरची खळी दिसते. आता भूतकाळाच्या पडद्याआड गेलेल्या आपल्या आईवडिलांना भेटायला कधीकधी ती अशी स्वत:लाच वेगवेगळ्या कोनातून न्याहाळत उभी राहते.

स्वत:ची अशी वेगवेगळी रूपं बघताबघता ती अनेकदा भूतकाळात हरवून जाते. लहानपणच्या आशाआकांक्षा, आपली जुनी स्वप्नं, यातलं काय आपण पुरं केलं, काय राहून गेलं, याचा शोध घेत राहते. कधी लहानपणचे घरातले लोक तिला आपल्या मागे आरशात उभे दिसतात. रविवारचे खास कपडे घालून, पिगटेल्स बांधून उत्साहात आईवडिलांबरोबर चर्चमध्ये जाणारी कॅथलीन तिला दिसते. तेव्हाचे शाळकरी खेळगडी दिसतात. कधी टीनेजर असतानाचे विविध मित्र दिसतात. कधी व्यसनांपूर्वीचा शरद खांद्यामागे उभा असल्याचा भासदेखील होतो.

पण शरदला सोडून या घरात ती राहायला आली, तेव्हा मात्र तिला एकाही आरशात डोकवायला, त्यात स्वत:ला न्याहाळायला नकोच वाटायचं. तेव्हा क्लॉझेटच्या उभ्या आरशांवर आपले लांबलचक गाऊन्स पांघरून ठेवायची ती,

पण अलीकडे मात्र ती अनेकदा आरशापुढे उभी राहून स्वत:ला सगळीकडून निरखते आणि आपली आत्मनिर्भर छबी बघत हरखते. अलीकडे आरसे तिचे मित्र बनलेत आणि आपल्या मनोरंजनासाठी आरशाचे हवे तसे खेळ करायलादेखील ती शिकली आहे. 'आरसा निर्लेप असतो. आपणच त्यात आपल्याला हवं तसं प्रतिबिंब पाहू शकतो.' हे आता तिला उमजलेलं आहे. कारण ॲनोरेक्सिया, बुलिमिया वगैरे आजारांनी पिडलेल्या कितीतरी मुली तिच्या कामाच्या जागी ती पाहते. स्वत:च्या डोक्यातलीच काल्पनिक छबी त्या मुली समोरच्या आरशात पाहतात. त्याला सत्याची जोड असतेच असं नाही, हे तिला चांगलं माहीत आहे आणि म्हणूनच तिने एका झटक्यात काहीतरी मनाशी ठरवून, गेले काही महिने खपून या घराच्या दर्शनी भागातली ती छोटीशी वॉशरूम नव्याने घडवायचा सायास केला आहे. आज मैत्रिणी आल्यावर त्यांना ती रूम दाखवून त्यांच्या प्रतिक्रिया आजमावणार आहे ती.

ज्योडी आणि रोशन लवकर आल्या. दोघीही कामावरून सरळ इकडेच आल्या. कारण दोघींनाही घरी कुणाचा आगापिछा नव्हता. ज्योडी अनेक मित्र पाठीमागे लागले असतानाही हट्टाने लग्न न करता एकटी राहिली होती आणि रोशनला बिचारीला आवडलं असतं लग्न करायला, पण तिच्या नशिबात बोहल्यावर चढणं नसावं, म्हणून तीही एकटीच होती. लेकुरवाळी ललिता उशिरानं यायची होती. कारण तिला मुलांना स्केटिंग प्रॅक्टिसवरून घेऊन घरी जायचं होतं आणि मग सासूच्या स्वाधीन करून, नवऱ्यामुलांचा स्वयंपाक नीट करून, मांडून ठेवून मगच तिची सुटका होणार होती. रोशनबरोबर तिने तसा निरोप पाठवला होता.

कॅथलीन म्हणाली, ''अगं, ललिताच्या नवऱ्याला आधीच माझा राग. त्याच्या मित्राचा संसार मोडला ना मी! त्यात माझ्याकडे यायला आज सोडतोय तो तिला, हेच खूप झालं, नाही का?''

ज्योडी हसतहसत म्हणाली, ''त्याची काय चूक? त्याला भीती वाटत असेल की, या घरबुडव्या बाईच्या नादाला लागून आपली सरळसाधी बायको जर आपलंही घर सोडून गेली, तर काय करायचं?''

फटकळ मैत्रिणीचा प्रेमळ टोला झेलत कॅथलीनही हसली.

रोशन म्हणाली, ''इतका काही बुद्धू नाहीय तो! ललिताचं आणि त्याचं चांगलं जुळतं. ललिता सरळ आहे, हेच तिचं सगळ्यांत मोठं बळ आहे. तिने त्याला न सांगता आजवर काहीच केलेलं नाहीये. त्याला सांगूनसवरूनच तर कॅथलीनचं

सामान हालवायला आली होती ती, नाही का? मग उगाच तिच्या बिचारीच्या नवऱ्याला कशाला नावं ठेवायची?''

''होय गं बाई, तुझ्या मैत्रिणीला नाही नावं ठेवत मी. पण काय गं, सितारा कशी आली नाही अजून?'' हसू आवरून कॅथलीनने विचारलं.

ज्योडी म्हणाली, ''हंऽऽऽ तिला यायला मिळणार की नाही कुणास ठाऊक. कारण तिची आई सध्या जरा जास्तच हट्टी झालीय. मुलींनी हरप्रयत्नांनी तिच्यासाठी तिच्या घरात आणून ठेवलेल्या मोलकरणीला ती रोज काही ना काहीतरी बोलून हाकलून देते आणि मग सिताराला फोन करून गाऱ्हाणी सांगते, की तिच्याकडे कुणीच अलीकडे येत नाही, तिला सगळ्यांनी एकटं टाकलंय आणि तिला खायला फ्रिजमध्ये काहीसुद्धा राहिलेलं नाही.''

''अगं, पण तिचे तीन मुलगे आणि सितारासकट तिन्ही मुली नेहमीच तर जातयेत असतात तिच्याकडे! एकटी कशानं पडेल ती?'' कॅथलीन उद्गारली.

''अगं, तिला आताशा आठवत नाही ना? डोकं भ्रमिष्टासारखं झालंय. त्याचेच हे सगळे आविष्कार आहेत. बाकीची मुलंमुली आपापल्या कामधंद्यात, नोकरीत गुंतलेली असतात. त्यामुळे गाऱ्हाणी ऐकवायला ती हाती लागत नाहीत, म्हणून सिताराच्या मानगुटीवर बसते, झालं.'' ज्योडीने समारोप केला.

''बिच्चारी सितारा!'' रोशन कळवळली.

''पण ज्योडी, सिताराला आधीच आपल्या घरातलं काम भरपूर आहे. नवऱ्याचा ॲक्सिडेंट झाल्यापासून त्याची तैनात सांभाळायची, घरचं आणि शेजारपाजारचं बघायचं, स्वत:च्या मुलानातवंडांच्या संसारात सगळ्यांच्या उपयोगी पडायला उठसूट धावायचं. त्यात आणि हे आईला सांभाळण्याचं आणखी एक काम तिच्याच गळ्यात कसं गं पडलं?'' कॅथलीनने विचारलं.

''करणार काय? मोठी मुलगी आहे ना ती तिच्या आईची? म्हणून तिलाही वाटतं तिचीच जबाबदारी आहे. भाऊबहिणी नोकरीधंद्यात, हीच तेवढी आता रिटायर्ड झालेली, म्हणून त्यांच्या मानाने मोकळी. फोन आला, की सुस्कारा सोडत बिचारी सितारा उठते आणि 'शेजारणीकडे जाऊन येते,' असं नवऱ्याला सांगून गुपचूप आपल्या फ्रिजमधलं थोडंफार खाणं घेऊन आईचं घर गाठते. तिला कसंबसं खायला घालते, मोलकरणींची समजूत घालून त्यांना कशीबशी पुन्हा आईसाठी घरात आणून बसवते आणि परतते. अलीकडे अनेकदा तिला अशा येरझारा करायला लागतात.''

''काय गं, 'शेजारणीकडे जाते,' असं खोटं का सांगते ती?''

''कारण सरळ 'आईकडे जाते,' म्हटलं, तर शफीकभाईंना खरोखरच ते आवडत नाही.''

"काय सांगतेस! खरं? पण का?"

"कारण मागे त्यांनी हिच्या आईला आपल्या घरी येऊन राहा म्हटलं होतं ना मोठ्या उदारपणे, तेव्हा ती काही या जावयाच्या घरी येऊन राहायला तयार झाली नाही. तो राग आहे ना अजून सासूवर, म्हणून सितारा आपली गुपचूप जाऊन येते."

"कमाल आहे, म्हणजे सगळ्या बाजूंनी हातपाय बांधल्यासारखं वाटत असणार बिचारीला. एकीकडे आईच्या ढासळणाऱ्या म्हाताऱ्या मनाची काळजी करायची आणि दुसरीकडे म्हाताऱ्या झालेल्या, पण अजूनही वरचष्मा गाजवणाऱ्या नवऱ्याचा मान राखायचा. शिवाय मुलं आणि वयात आलेली नातवंडं आहेतच की तिच्याकडून स्वत:ची कौतुकं करून घ्यायला."

"तर गं! सिताराकडे बघितलं म्हणजे वाटतं, नुसतं सँडविच जनरेशन म्हणतात ना, तेदेखील कमीच म्हणायचं तिच्या बाबतीत. तिला अगदी क्लब सँडविचमध्ये मध्यावर घातलेल्या स्लाइससारखं वाटत असणार. वरूनही दाब आणि खालूनही; कुठेच हालायला वाव नाही आणि वरूनखालून चुरमडून दम घुटला, तरी जिथल्या तिथंच राहायला हवं आणि वरती सगळ्यांना गोड लागायला हवं." रोशन बोलली.

"त्यापेक्षा तुझं आयुष्य किती चांगलं, रोशन! तुला नवऱ्यामुलांचा जाच नाही, की भाऊबहिणींचे मत्सर नाहीत, आईवडिलांच्या जबाबदाऱ्याही नाहीत. काही नाही. कुणाची ताबेदारी नाही, तुझी तू स्वतंत्र आहेस. कमावून खाते आहेस आणि आरामात राहतेयस." कॅथलीन म्हणाली.

"खरं आहे गंऽ. नेहमी मी असंच मनाला समजावते. अगदी क्वचित कधीतरी सितारा, ललिता वगैरेंचे भरलेले संसार पाहिले, की वाटतं, आपण संध्याकाळी घरी येतो, तेव्हा आपल्याही स्वागताला असं भरलेलं घर असतं, तर किती छान वाटलं असतं!"

"लग्नाची गरज नाही त्याच्यासाठी! तू एक दोन-चार कुत्री, चार-पाच मांजरं आणून ठेव ना घरात! सगळी सोबतीची गरज भागेल बघ तुझी. वर वादावादी नाही, वरचष्मा नाही, उणीदुणी काढणं नाही, कसला काही जाच नाही. तुला वाटलं, तर आमच्या ॲनिमल शेल्टरमध्ये ये एकदा, म्हणजे हवे तेवढे चांगलेचांगले प्राणी मिळतील पाळायला."

शेल्टरमध्ये सेवाभावी काम करणाऱ्या ज्योडीने मैत्रिणीला अनाहूत सल्ला दिला. रोशन नुसतीच हसली. कॅथलीनसाठी तिने स्वत: बनवून क्विल्टेड कपड्याचं जॅकेट आणलं होतं, ते तिने कॅथलीनच्या हातात ठेवलं. कॅथलीन एकदम खूष झाली.

"रोशन, केवढा उद्योग हा! सबंध दिवस काम करून झाल्यावर वेळ तरी कधी काढतेस?" ती म्हणाली.

"अगं, हे काम म्हणजे काय? केव्हाही हळूहळू करता येतं! टी.व्ही. बघताबघता एकेक तुकडा जोडत जायचं. मग भरपूर जोडून झाले, की डिझाइनमध्ये लावून बघायचे आणि मग ते जोडून मनात जी कल्पना सुचेल, तसं त्या तुकड्यांचं हवं ते करता येतं. अगदी बाळाच्या दुपट्यापासून ते आजोबांच्या ओव्हरकोटपर्यंत." रोशन म्हणाली.

"अगं, तुझ्या ओव्हरकोटवरून आठवलं, सिल्व्हरसिटीमध्ये 'नेमसेक' लागलाय, मॅटिनी आहे. आपण जाऊया का बघायला येत्या मंगळवारी?" ज्योडीने विचारलं.

"येत्या मंगळवारी? जमणार नाही गं!" कॅथलीनने मोडता घातला.

"का गं? ऑफ डे असतो ना तुझा?" रोशनने आठवण करून दिली.

"अगं, त्याच दिवशी शरदची कोलनॉस्कॉपी ठरलीय. तो एकदम हळवा झालाय. बारा तास आधीपासून उपास करायला लावतात ना आणि शिवाय मग तिथे जाऊन वाट पाहत ताटकळायचं. त्याला एकट्याला जायला नको वाटत होतं, म्हणून मी म्हटलं की, मी नेईन तुला आणि मग तिथंच थांबून घेऊनही येईन परत."

"छान! हे असंच जर करायचं होतं तुला, तर मग त्याला सोडून इथं हा सवतासुभा मांडलास तरी कशासाठी? काय हा तुझा बावळटपणा!" ज्योडी चिडली.

"तर काय? त्याला एकट्याला जायला नको वाटत असलं, तर कॅब मागव की म्हणावं! माजी बायकोला कशाला त्रास?" रोशनने दुजोरा दिला.

"आणि तू तरी अशी कशी गं बोटचेपी! त्याने लाख म्हटलं. त्याला काय, तुझा फायदा घेता येईल तेवढा हवाच आहे, पण तू कशी मानापमान विसरून उठसूट त्याच्या मदतीला धावतेस!" पुन्हा ज्योडी कातावली.

मैत्रिणींचा सात्त्विक संताप आणि त्रागा ऐकून कॅथलीन ओशाळं हसली. कारण भरपूर उरस्फोड आणि मनस्तापानंतरच तिने नवऱ्याला सोडून स्वतःचं वेगळं घर करायचं ठरवलं होतं. त्याची कायम चाललेली नोकऱ्यांची धरसोड, पैशांच्या बाबतीत कमालीचा बेहिशोबीपणा आणि शिवाय जुगाराचा अनावर नाद या गोष्टी अनेक वर्षं ओठ घट्ट मिटून सांभाळूनदेखील तिचा संसार आणि तिचा मानसिक तोल जेव्हा मोडकळीलाच आले आणि आता एकतर घरातून बाहेर पडून मनःशांती मिळवणं, नाहीतर स्वतःचा नर्व्हस ब्रेकडाऊन आणि नवऱ्याचा सर्वनाश उघड्या डोळ्यांनी बघणं असे दोनच पर्याय हाती राहिले, तेव्हा मात्र कॅथलीनने आपल्या मैत्रिणींना विश्वासात घेऊन स्वतंत्र होण्याचा निर्णय घेतला होता. आपल्यावाचून बायको तिच्या नर्सिंगच्या नोकरीवर निवांतपणे एकटी राहू शकते, पण आपण मात्र तिच्या भरभक्कम आधाराशिवाय एकाकी पडतो, हे कटु सत्य पचवणं शरदला फारच कठीण गेलं होतं. पहिल्यांदा त्याने चिडचीड करून

पाहिली, थोडासा धाकदपटशा दाखवून पाहिला, कॅथलीन कशालाही बधली नाही आणि परतही त्याच्याकडे गेली नाही, आपल्या जागी स्थिर राहिली. पण इतक्या खंबीर निर्णयानंतरही कॅथलीन आपल्या जन्मजात गोडव्यानेच शरदशी वागत राहिली होती. त्याला गरज लागेल तशी ती त्याची अनेक तऱ्हेतऱ्हेची कामं करून द्यायची. तिचं त्याबाबतीतलं धोरण असं होतं, की आता माझी मी स्वतंत्र राहतेय, कुणाची ताबेदार नाहीये. आता मी माझ्या इतर मित्रमैत्रिणींच्या जशी गरजेला उपयोगी पडते, तशीच शरदलाही मदत करते. पण तो काही हक्काने नाही मागू शकत माझ्याकडे. मला वाटेल तरच आणि जमेल तेव्हाच मी त्याला मदत करणार. मैत्रिणींच्या दृष्टीने ह्यात अर्थाअर्थी काही फरक पडलेला नव्हता. शरदकडे लोकांचा फायदा करून घेण्याची विलक्षण हातोटी होती आणि कॅथी ही जन्मजात सेवाभावी नर्सच होती. जरा कुणाला थोडंसं बरं नसलं, की तिची दयाबुद्धी उफाळून यायची. त्यामुळे तिऱ्हाइताच्या दृष्टीने तरी हा आतबट्ट्याचा व्यवहारच होता. एक घर चालवण्याऐवजी कॅथलीन दोन घरांचा भार सांभाळत होती, आपल्या आणि माजी नवऱ्याच्या. पण मैत्रिणी जरी अनेकदा तिच्यावर वैतागल्या तरी आत्तासारखीच तिची प्रतिक्रिया बहुधा ऐकावी लागे त्यांना.

"तुमचं बरोबर आहे गं! माझ्या बहिणीनेपण हे ऐकून अशाच मला लाखो शिव्या दिल्या. पण सोडून दिला असला, तरी माझा इतक्या वर्षांचा नवरा आणि एके काळचा मित्रच आहे ना तो? त्याच्या गरजेच्या वेळी मी मदतीला नाही जायचं, तर कोण जाईल?"

मैत्रिणी अवाक झाल्या. या निखालस खुळेपणाला त्यांच्या लेखी क्षमा नव्हती. पण काय करणार? मैत्रीण पडली ना, तिच्या खुळेपणासकट तिला स्वीकारणं भाग होतं. तोंडाने कितीही आग पाखडली, तरी तिच्या अंगभूत भलेपणाला आपण कसं पुसून टाकणार?

एवढ्यात धावतपळत ललिता आली आणि तिच्या पाठोपाठ दमलीभागली सिताराही उगवली. पंचकन्या थोडा वेळ एकमेकींचं स्वागत करण्याघेण्यात गुंतल्या. चिप्स आणि सालसाचा समाचार घेताघेता एकमेकींच्या घरच्या चौकशा करून झाल्या. आपण आपल्या आयांपेक्षा सुखात आहोत का, या गंभीर विषयावर चर्चा करून झाली.

'आपण भले अधिक सुखसोयींनी भरलेल्या घरात राहत असू, पण आपल्या आयांपेक्षा आज आपल्याला वेळ मात्र अत्यंत कमी असतो आणि आयांपेक्षा आपण अधिक सुखात आहोत, असंही म्हणता येणार नाही,' असं सगळ्यांचं मत पडलं.

ललिताच्या मुलांना सांभाळून आज तिला कॅथलीनकडे येऊ दिल्याबद्दल तिच्या

सासूबाईंना दुवा देऊन झाला. सिताराच्या आईच्या परिस्थितीवर कायकाय तोडगे काढता येतील, त्याचा शोध घेऊन झाला. पण कॅथलीनच्या सोडून दिलेल्या नवऱ्याच्या सतत उपस्थितीइतकाच सिताराच्या सतत कुरकूर करणाऱ्या विमनस्क आईचा प्रश्न गहन होता. बायका कितीही पुढारल्या तरी त्यांनाच आपली सगळी बंधनं तोडायला नको असलं पाहिजे, असंही ज्योडी म्हणाली.

बाकीच्या तिघींनी त्यावर काहीही मत नोंदवलं नाही. त्यामुळे त्या बैठकीत एक जडसा सन्नाटा पसरला. सगळ्याच जणी, आपापल्या परिस्थितीला आपणच जबाबदार आहोत का, या आत्मशोधात क्षणभर गुंतल्या.

पण तेवढ्यात, ''ए, माझी नवीन वॉशरूम बघायला चला ना!'' कॅथलीनने संधी साधून 'बीचमें मेरा चांदभाई,' घुसवला.

''नवीन? म्हणजे कायकाय बदल केलेस तू त्याच्यात? रंग दिलास?''

''या तर खऱ्या इथं म्हणजे कळेल.''

कॅथलीनने दार उघडून दिवा लावला, आणि मैत्रिणींना आत जायला वाट दिली! ज्योडी आणि सितारा आधी आत डोकावल्या आणि "Holy Smoke!", "Wow!", "Wonderful!" वगैरेच्या फैरी झडल्या. मागोमाग रोशन आणि ललिताही उंच मान करून त्यांच्या खांद्यांवरून बघताबघता थक्क झाल्या. भिंतींवर आरशांच्या तुकड्यातुकड्यांनी साकारलेला एक आकाशगंगेसारखा नदीप्रवाह वाहत होता. त्याच्या अंगभर छोट्याछोट्या आरशांची नक्षी होती आणि वरच्या छतांतल्या दिव्यांची प्रकाशमान आरास त्या आरशात उजळून नुसती चारी बाजूंनी दिवाळी दिसत होती. कॅथलीन आर्टिस्टिक बाई होतीच, पण हे म्हणजे अद्‌भुतच होतं!

''कॅथी, तुझी कल्पना ही? कुणाकडून रेनोव्हेशन करवून घेतलंस?''

''अगंऽ, मीच केलं हे सगळं !''

"How creative!"

''कमाल आहे तुझी! सांग तरी कसं केलंस?''

''मी चक्क जुन्या बाजारातून नेहमीचे आरसे आणले, ते हातोड्याने फोडून त्यांचे वेडेवाकडे, लहानमोठे तुकडे केले आणि मग भिंतीच्या थोड्याथोड्या भागाला मॉर्टरचा एक हात देऊन, ते सुकण्याच्या आधी एकेक, एकेक करत, मध्येमध्ये ते आरशांचे तुकडे खोचून लावले.''

कॅथलीनने आपल्या अनेक आठवड्यांच्या कामाची संक्षिप्त माहिती दिली.

"Its FABULOUS!" ज्योडी म्हणाली, ''मला माझ्या कित्तीतरी प्रतिमा दिसताहेत आणि त्या सगळ्या अगदी पिकासोच्या क्यूबिक चित्रातल्यासारख्या मोडक्यातोडक्या. How exotic!''

"Precisely! It's reflecting our fragmented reality!' कॅथलीननं मान

डोलावली. “शरदबरोबर मी भारताची सफर केली होती ना, तेव्हा आम्ही राजस्थानमध्ये काही पॅलेसेसमध्ये असे आरसेमहाल पाहिले होते. There I was thrilled! तसा इथंही आपल्या घरात एखादा आरसेमहाल करायची माझी खूप इच्छा होती. केव्हाची माझ्या डोक्यात ही कल्पना घोळत होती, पण शरदला आमच्या घरात मी आरसेबिरसे फोडलेले नको होते. अशुभ वाटतं म्हणायचा तो, म्हणून स्वत:चं घर होईपर्यंत थांबायला लागलं मला.”

“पण हे डिझाइन करण्यासाठी खरंच का चांगले आरसे फोडलेस तू? भिंतीवरच लावायचे तर मग होते तसेच का नाही लावलेस?” काटकसरी आणि कुटुंबवत्सल ललिता अचंबा दाखवत म्हणाली.

“होते तसेच लावून हे फीलिंग आलं नसतं गं! आता कशी मजा दिसते की नाही?”

“पण एकही चेहरा सरळ, पूर्ण असा दिसतच नाही ना! नुसते वेगवेगळे तुकडेच दिसतात जोडलेले!” रोशन तरीदेखील कुरकुरलीच.

“खरंय! रोशन, पण तू नाही का तुकडे जोडून क्विल्ट करत? तशीच ही माझी मिरर क्विल्ट समज ना! प्रथम जरी फोडले आरसे, तरी शेवटी त्यांतूनच नवीन डिझाइन बनतं ना?”

कॅथलीनने रोशनच्या कलेशी आपल्या कलेचं नातंच जोडून टाकलं. रोशनला सगळंच पटलं असं नाही, पण ती गप्प राहिली.

इतका वेळ गप्प राहिलेली सितारा एकदम म्हणाली, “पुढच्या खेपेला अशी काही मोडतोड करायची असेल ना, तर मला बोलवत जा कॅथी. मला कधीकधी इतका राग येतो माझ्या सगळ्या बंधनांचा, की समोर असेल ते फोडावं, तोडावं, नष्ट करून टाकावं असं वाटतं. पण डोक्यात बसलेला ‘गुडी गुडी’ वागणुकीचा गुरुजी मला असलं काही करूच देत नाही. मग मी कणीक तिंबून ठेवते, नाहीतर जुने स्वेटर घेऊन ते उसवून टाकते, पण तुझ्यासारखे हातोड्याचे घाव घालायला खरंच मज्जा येईल, नाही?”

“तरीच ही कॅथी एवढ्या कठीण लग्नातून बाहेर पडून, सतत त्या माजी नवऱ्याला मदत करूनही पुन्हा एवढी शांत राहू शकते. हे इतके सगळे आरसे तू हातोड्याने फोडलेस ना, तेव्हाच तुझ्या डोक्यामधून सगळी हिंसा त्यात ओतून डोकं स्वच्छ करून टाकलंस वाटतं! काय ग्रँड थेरपी झाली असणार ती!” ज्योडीनं भाष्य केलं.

“खरंच कॅथलीन, कमाल आहे तुझी! छंद तरी काय एकेक शोधून काढतेस! असं तोडून फोडूनदेखील त्यातून जगाला दाखवायला तुझी कला भिंतीवर उमटते आणि तू विनाश करूनसवरून पुन्हा नामानिराळी. वरती कलाकार म्हणून कौतुक.”

ललितानं दुजोरा दिला.

"चला गं, पुरे माझं कौतुक. आवडली ना वॉशरूम तुम्हाला, बरं वाटलं मला. आता आपण तुकड्यातुकड्यांनी त्या पिझ्झ्याचा समाचार घेऊया, चला." असं म्हणत कॅथलीन ओव्हन गरम करायला उठली आणि तिथंच उभ्या राहून त्या आरशांची आरास कौतुकाने न्याहाळणाऱ्या तिच्या मैत्रिणींची शेकडो प्रतिबिंबं एकमेकींच्या बिंबांमध्ये मिसळून आसमंत उजळत राहिली.

*

उशिराचा पाऊस

कितीतरी दिवसांत असा पाऊस झाला नव्हता. तसा झिमझिम पाऊस या पॅसिफिक नॉर्थवेस्ट भागात नेहमीचाच, पण आजचा पाऊस मात्र वेगळाच वाटत होता. अगदी भारतात वगैरे पडतो म्हणतात, तसा मुसळधार पडत होता. छपराकडेला पागोळ्यांच्यादेखील सलग धारा लागून राहिल्या होत्या.

गेले तीन दिवस मधूनमधून पाऊस येतच होता, तो आपला पडावं की पडू नये, याबद्दल निश्चय न झाल्यासारखा. घटकेत पाऊस यायचा आणि घटकेत ऊन पडायचं. मनात चलबिचल असलेल्या करनकरी प्रियकरासारखं वागणं त्या पावसाचं, पण आजच्या पावसाला मात्र ती उपमा शोभली नसती. धीर धरणं, बाजूला थांबणं म्हणजे काय ते माहीतच नसल्यासारखा तो अविरत एकच सूर लावून राहिला होता. ताशे वाजावेत तसा छतातल्या स्कायलाइटच्या काचेवर तडातड वाजत होता. गेल्या तासाभरात तर त्याचा जोर फारच वाढला होता.

आता अजिबात धीर निघत नसल्यासारखा पाऊस कोसळायला लागला होता. अशा त्या धुवांधार झडीत अचानक तिच्या पुढ्यात येऊन त्याने तिला विचारलं, "व्हियोला, तू माझ्याशी लग्न करशील?"

हा प्रश्न कानांवर आला, तेव्हा व्हियोला खिडकीशी उभी राहून समोरच्या गवतावर अविरत कोसळणारा पाऊस पाहत होती.

अँडीचा प्रश्न ऐकून ती चमकली, वळली आणि त्याला सामोरी झाली.

एरवी लग्नाचा प्रस्ताव मांडताना, विचारणारा प्रियकर एक गुडघा मोडून

प्रियतमेच्या पुढ्यात खाली बसतो आणि वर पाहत तिला विचारतो, अशी नेहमीची पद्धत. पण अँडी मात्र गुडघा मोडून बसला नव्हता. तिच्या अगदी जवळ येऊन, ताठ उभा राहून, मान थोडीशी कलती करून, तिच्या डोळ्यांत पाहत विचारत होता. कारण अलीकडे त्याचे गुडघे पहिल्यासारखे झटकन वाकत नसत आणि खाली बसलाच, तर उठताना मदत लागायची. नाही म्हटलं तरी आता अँडीचं वय अठ्ठ्याहत्तर वर्षांचं झालं होतं. तेव्हा अशा पावसाळी हवेत ते दुखरे गुडघे सांभाळायलाच हवे होते, पण त्याचा प्रश्न मात्र गंभीरपणाने आणि साऱ्या आशा डोळ्यांत आणून विचारलेला होता.

व्हियोला थोडी गांगरलीच. अगदीच कल्पना नव्हती असं नाही. कारण गेलं वर्षभर अँडी तिचा अगदी जिवाभावाचा मित्र बनला होता. त्याच्याबरोबर पत्ते खेळताना, वाचलेल्या पुस्तकांबद्दल त्याच्याशी चर्चा करताना तिला फार बरं वाटायचं.

शांत, आनंदी, उत्तम शिष्टाचार पाळणाऱ्या आणि मधूनमधून तिला हसवणाऱ्या अँडीचा सुखद सहवास तिला नेहमीच हवाहवासा वाटायचा.

रिचमंडमधल्या लायन्स् मॅनॉर नावाच्या वृद्धाश्रमामध्ये राहताना अँडी हाच व्हियोलाचा सर्वांत मोठा आधार होता. पण तरीदेखील त्याच्या या थेट प्रश्नानं ती चमकली. कारण तिच्या आत्तापर्यंतच्या चौऱ्याऐंशी वर्षांच्या प्रदीर्घ आयुष्यात ही वेळ पहिल्यांदाच तिच्यापुढे उभी ठाकली होती. इतक्या सगळ्या वर्षांत या प्रश्नानं तिला हुलकावणीच दिली होती.

तिच्या लहानपणीच तिने असा प्रश्न मुलगे मुलींना विचारतात, असं ऐकलं होतं. त्या काळात कोणत्याही स्त्रीच्या आयुष्यात या प्रश्नाचं मोल फार वरचं होतं. कोणतीही मुलगी बाई होताना याच प्रश्नाची प्रतीक्षा करत असे. तिनंही तशी स्वप्नं पाहिली होतीच. शिवाय तिच्या अनेक जवळच्या दूरच्या मैत्रिणींना हा प्रश्न कधी ना कधी सामोरा आलाच होता.

बहुतेकांनी त्याला 'हो' म्हणून आपापल्या आयुष्याची कक्षा निश्चित केली होती. व्हियोलालाही तसं करायला आवडलं असतं, नाही असं नाही. पण कॅनडाच्या प्रेअरी भागातल्या एका छोट्याशा खेड्यात वाढत असताना का कोण जाणे, कधी तिला तो प्रश्न कुणी विचारलाच नाही.

त्या खेड्यात लोकवस्ती इतकी कमी होती, की तिला आकर्षण वाटावा असा कुणीही नवरामुलगा भेटलाच नाही. शाळेत किंवा कॉलेजात स्वप्नाळू नजरेने भावी जोडीदाराचा तिने वेध घेतला होता, पण दृष्टिपथात कुणी आलंच नाही.

ती सगळी वर्षं तशीच दुष्काळातल्यासारखी भाकड गेली आणि त्याहीनंतर एका छोट्याशा दुकानात बुककीपर म्हणून नोकरी करून स्वतःचं पोट स्वतःच भरत

असतानाही हा प्रश्न आपल्यासमोर कधीच कसा आला नाही, असा तिला नेहमीच प्रश्न पडायचा. या जगात आपल्याजोगते चांगले पुरुष राहिलेच नाहीत का, की आहेत त्यांच्या दृष्टीला आपण अदृश्यच आहोत कुणास ठाऊक, असं तिला अनेकदा वाटायचं.

पहिल्यापहिल्यांदा तिच्या आईला फार काळजी वाटायची आपल्या या मुलीबद्दल. पुरुष एकेकटे राहिले तरी हरकत नाही, पण बाईजातीला मात्र लग्न आवश्यकच आहे, असंच सगळ्यांचं मत होतं त्या काळात.

तिलाही वाटे की, आपला प्रिंस चार्मिंग कधी बरं आपल्याला तो सवाल करील? पण आजूबाजूला जे पुरुष होते, ते एकतर सगळे आधीच लग्न झालेले होते किंवा तिच्या मनाला येतील, असे शहाणेसुरते किंवा किमानपक्षी तिच्याहून अधिक मिळवणारे असे नव्हतेच. तेव्हा बरीच वर्षं मुकाट्यानं आपल्या वाट्याला आलेलं काम निपटत असताना आणि स्वकष्टाच्या कमाईवर व्यवस्थितपणानं जगताना, तिने एकीकडे स्वत:च्या मनाची समजूतच घालून टाकली.

'कदाचित आपण एकटंच राहावं, असं देवाच्या मनात असेल.' असं ती समजत असे.

पुढेपुढे तर आयुष्याची एक घडी बसून गेली, एकटेपण सवयीचं झालं आणि नवरा नाही म्हणून समाजात कुठं काही अडलं नाही. त्यामुळे हा प्रश्न कधीकाळी आपल्या वाट्याला येईल, आपल्या कानात ते अमृताचे शब्द पडतील, याची तिने आशाच सोडून दिलेली होती.

पण या क्षणाला मात्र तिचा आवडता अँडी तिच्या पुढ्यात येऊन खरोखरीच विचारत होता, "व्हियोला, तू माझ्याशी लग्न करशील?"

'असा उशिरा आलेला पाऊस तळहातांवर झेलून घ्यावा
टिपून ल्यावा पापण्यांवरती कपाळीच्या घामामध्ये मिळवावा
डोईत पेरावा त्याचा ओलावा पाठीवरतून निथळू द्यावा
कोरडे पडले ओठ उघडून वरच्यावरती चुंबून प्यावा'

कानात पडले ते अँडीचे शब्द मनातलेच जरी असले, तरी ते ऐकताना आपण स्वप्नात आहोत, की आपल्याला भास होतोय, हे व्हियोलाला नक्की कळत नव्हतं. आजकाल आपला स्वप्नाळूपणा आणि भास नाहीतरी वाढलेच आहेत, असं तिला अलीकडे जाणवत होतं.

वॉकर घेऊन चालताना मधूनमधून तिला आपण लहानपणी मैत्रिणींबरोबर जे खेळ खेळत होतो, त्या हॉपस्कॉचसारख्या उड्या मारायच्या खेळांची अगदी काल

घडल्यासारखी दृश्यं दिसत असत.

कधीकधी आईच्या 'क्विल्टिंग बी' मधल्या, हातात सुईदोरा घेऊन जुन्या कपड्यांमधून वाचवून जमा केलेले तुकडे तुकडे जोडणाऱ्या शेजारणी, मैत्रिणी तिला समोर पाहिल्यासारख्या लख्ख दिसायच्या. पण त्या पूर्वायुष्यातल्या भासांनी तिला काही त्रास होत नसे. उलट तिच्या मूळच्या आनंदी वृत्तीला उभारीच येत असल्यामुळे तिला बरंच वाटायचं.

पण अँडीचा आत्ताचा प्रश्न भास नव्हता. तो खरोखरच तिच्या अगदी जवळ उभा होता. त्याचा श्वास तिच्या गालावर तिला जाणवत होता. गेल्या काही दिवसातल्या त्या दोघांच्या संवादातून तिला थोडीफार कल्पना आलीच होती. आज त्याने त्याच्या भावनांचा स्पष्ट उच्चार केला इतकंच.

'काय सांगायचं त्याला?'

'सांगू नये त्याला आपले गाऱ्हाणे, वाट पाहणे, अधीर होणे,
पापशंका मनी उभ्या ठाकणे, पोटी धस्स होणे, धुसफुसणे,'

प्रश्नाला उत्तर द्यायचं बाजूलाच राहिलं. आयुष्यभर ज्याची वाट पाहिली, तो प्रश्न असा या वयात सामोरा आलेला पाहून स्तिमित झालेली व्हियोला काही एक न बोलता नुसती अँडीकडे पाहतच राहिली. तिचे तपकिरी डोळे अँडीच्या आरपार, आपल्या आणि त्याच्या आयुष्याच्या आत्तापर्यंत लांबवरून चाललेल्या वाटांकडे जणू पाहत होते. खूप वाटचाल आधीच होऊन गेली होती.

वैवाहिक जीवनाच्या राजरस्त्यावरून तो आजवर चालला होता, तिची पायवाट न मळलेली, तिच्या एकटीच्या पावलांचे ठसे उमटलेली होती. कधीकाळी तिच्या घरात एक-दोन मांजरं तिच्या सोबतीला होती, पण या घटकेला अँडी आणि ती, दोघांच्याही वाटा अगदी एकाकी होत्या. आता तिने जर त्याला 'हो' म्हटलं, तर या दोनही वाटा एक होऊन रमतगमत, आरामात, आनंदात पुढे जाणार होत्या.

अँडीच्या आणि तिच्या आजवरच्या आयुष्यात तशी खूपच तफावत होती. ती प्रेअरी भागातली, छोट्या गावात वाढलेली.

रिचमंडमध्ये तिची दूरची एक भाची राहायची, म्हणून ती इकडच्या वृद्धाश्रमात येऊन पोहचली होती. तो मात्र व्हँकूव्हरमध्ये जन्मून इथंच वाढलेला शहरी माणूस. या मोठ्या शहरातल्या मोठ्या कंपनीत बरीच वर्षं सेल्समन होता तो. निवृत्त झाल्यावरही अनेक संस्थांमधून सेवाभावी कामं करत होता.

तिने कधीच लग्न केलं नव्हतं, तर त्याची बायको सत्तावीस वर्षं त्याच्यासह सुखानं नांदून १९९३ मध्ये एका दुर्धर आजारानं वारली. तरी त्याला मूलबाळ काही नव्हतं. जवळचे कुणी नातलगही नव्हते आणि म्हणूनच त्याच्या उत्तरायुष्यात अँडी या वृद्धाश्रमात दाखल झाला होता, पण 'आमचं काय आता... पन्नास गेले आणि पाच राहिले.' असं कण्हत-कुंथत म्हणणाऱ्या म्हाताऱ्यांत तो बसत नसे. सतत पायांवर उभा, सतत कुणाला ना कुणाला हाताने लागेल ती मदत तो देत असे.

जेवणाआधी हॉलमधला पियानो वाजवून सर्वांना आनंदी वाटेल, असं वातावरण तयार करण्यात नेहमीच त्याचा पुढाकार असायचा. जातायेता बायकांसाठी दारं उघडून धरायला तो कधी विसरत नसे. तिथं काम करणारे लोक आणि वृद्धाश्रमात मदत करायला येणारे स्वयंसेवक, सगळेच अँडीला नावाजत. कारण तो निरागस विनोद करून सगळ्यांना हसवत असे.

व्हियोलासाठी तर तो अनेक चांगल्याचांगल्या गोष्टी करायचा. रोजच्या वृत्तपत्रातलं सुडोकू कोड्याचं पान तो तिच्यासाठी कोरंच राखायचा.

जेवणघरात बाहेरचं ऊन जिथे यायचं, त्या खुर्चीत बसायला तिला आवडायचं, तर आपला वॉकर घेऊन ती जेव्हा साडेअकराच्या सुमाराला तिथं यायची, तेव्हा अँडीने आधीच येऊन तिच्यासाठी ती खुर्ची धरून ठेवलेली असायची. जेवताना मासे असले, तर हॅलिबटचा एक तुकडा अँडीच्या पानातून तिच्या पानात हळूच सरकायचा. त्याला हॅम सँडविच आवडतो, म्हणून मग तीही आपल्या वाट्याचा त्याला देऊन टाकायची.

लहानपणी, तरुणपणी जर अशी प्रीत वाट्याला आली असती, तर आणखीही खूप काही घडलं असतं. या वयात एक निखळ आनंद, एकमेकांच्या सहवासाचा, अस्तित्वाचा नुसता आतून बरसणारा आनंद तिला ऊब देऊन जात होता.

"व्हियोला, तू माझ्याशी लग्न करशील?"

आपल्या स्वच्छ निळ्या डोळ्यांनी तिच्या डोळ्यांत पाहत अँडीने तोच प्रश्न आणखी एकदा तिला विचारला.

आता मात्र क्षणभरही ताणून न धरता व्हियोलाने त्याच्या डोळ्याला डोळे भिडवून 'होय, अँडी!' म्हटलं आणि एक सुंदर हसू तिच्या ओठांवर उमललं.

अँडीने पुढे झुकून तिचा लहानसा मऊ हात आपल्या सुरकुतलेल्या पण कणखर हातांत घेतला आणि हलकेच आपले ओठ त्यावर टेकवले. त्या हातावरच्या पारदर्शी सुरकुत्या एकदम तरतरीत झाल्या. गरम रक्ताची साद त्यांना नव्याने जीवनाची उभारी

देऊन गेली.

एकमेकांचे हात हातात घेऊन ती दोघं जेव्हा हॉलमधल्या लोकांकडे वळली, तेव्हा त्यांना नकळत हळूहळू त्यांच्याभोवती जमलेल्या सगळ्या लोकांनी टाळ्या वाजवून त्यांच्या त्या सुंदर क्षणावर पसंतीचं, कौतुकाचं शिक्कामोर्तब करून टाकलं.

'त्याला उघडून क्षितिजाचे बाहू लाडेलाडे उरी घट्ट आवळावा
पाटघड्यांवर बसवून त्याशी कोडकौतुकाचा खेळ खेळावा!
असा उशिरा आलेला पाऊस तळहातावर झेलून घ्यावा....'

(सत्यघटनेवर आधारित. शीर्षक आणि कवितांच्या ओळी या कविवर्य अनिल यांच्या 'दशपदी' संग्रहातून कृतज्ञतापूर्वक घेतल्या आहेत.)

*

काय चुकलं माझं?

अविनीता

'काय चुकलं माझं? मला लग्नबिग्न काही करायचं नाही. तुम्ही आता माझा नाद सोडा. मला माझं आयुष्य सुखानं जगू द्या.'

असं म्हटलं मी आणि सरळ घरातून बाहेर पडून या स्वत:च्या जागेत राहायला आले, तर असं काय भलंमोठं चुकीचं केलं मी? आईबाबा नव्हते का एके काळी स्वत:चं घर सोडून बाहेर पडले? ते चालतं वाटतं? त्यांनी केलं ते चांगलं आणि आम्ही घेतलेले निर्णय मात्र घायकुतेपणाचे म्हणायचे! हा चांगला न्याय आहे!

मी असं म्हटलं तर आई म्हणते, 'आम्ही घर सोडलं ते नाइलाजाने! काठियावाडमधल्या तेव्हाच्या आमच्या एकत्र कुटुंबाच्या गरीबीत मन मोडत जगत राहायला नको, म्हणून सोडलं आणि त्या आमच्या निर्णयामुळेच आजचं आपलं समृद्ध आयुष्य आपल्याला मिळालं.'

खरं आहे एका अर्थाने आईचं.

नशीब काढायला म्हणून आईबाबा भारत सोडून आधी आफ्रिकेत गेले. तिथे पैसा मिळवला, सुबत्ता मिळवली; पण तिथेही रोजच्या आयुष्यात फारसं स्थैर्य नव्हतं. आम्हा मुलींना तिथे वाढवणं कठीण वाटलं त्यांना. मग तिकडच्या जुलमी सत्ताधाऱ्यांच्या अराजकामध्ये आणि सैनिकी अंमलाखाली राहायला नको, म्हणून तोही देश सोडून या शांतताप्रिय कॅनडामध्ये घर केलं त्यांनी. पण तरी त्यांनी वेळोवेळी घरं बदललीच

ना! एवढ्या सगळ्या घरांतून, देशांतून दोन मुलींना घेऊन ते फिरले, ते चालतं. आम्ही मात्र नुसतं एक वेळ आईबाबांचं घर सोडून स्वत:च्या घरात जायचा निर्णय घेतला, तर बाबा रागावून बसतात आणि आई उसासे सोडते.

आई म्हणते, 'नुसतं घर सोडल्याबद्दल राग नाही, पण लग्न नको म्हणजे काय!'

माझ्यासारख्या शहाण्या मुलीने असं म्हणणं म्हणजे डोक्यात राख घालून घेणंच आहे. पण मला सांगा, खरोखरच मला आजघडीला लग्न नकोसं झालं असलं, तर तो काय माझा दोष आहे?

एके काळी मीही सर्वसाधारण मुलींसारखीच लग्नाची, नवऱ्याबरोबर घरसंसार सजवायची, मुलाबाळांची स्वप्नं पाहिली होती. कॅनेडियन गोऱ्या मैत्रिणींसारखी जरी डेटिंग आणि मौजमजेची शक्यता आमच्या आयुष्यात नाही, हे आईबाबांच्या लहानपणापासूनच्या शिकवणीमुळे मनावर ठसलं असलं, तरी राजरोस शोध घेऊन सापडलेल्या चांगल्याशा नवऱ्याशी आईबाबांच्या संमतीने लग्न करणं मला खरोखरच आवडलं असतं. कारण माझ्या आईबाबांवर माझा विश्वास होता आणि आफ्रिकेत काय किंवा कॅनडात काय, कुठेही राहत असलो, तरी आपण भारतीय वंशाचे आहोत आणि आपल्या देशात पिढ्यान्‌पिढ्या चालत आलेल्या, सर्व घर पारखून लग्न ठरवण्याच्या पद्धतीत तसं वाईट काही नाही, असंच मलाही वाटत होतं.

ठरवून केलेल्या लग्नाची अनेक चांगलीचांगली कुटुंबं आमच्या आसपास, आमच्या आणि बाकीच्या भारतीय समाजात मला माहितीपण होती. त्यामुळे माझा काही त्या पद्धतीला विरोधबिरोध नव्हता.

आईबाबांनी ठरवलेल्या सर्व गोष्टी मी त्यांना हव्या तशा केल्यादेखील. ऑफिसातून चांगली दोनदा रजा काढली, कॅनडातून इंग्लंडमध्ये फेऱ्या घातल्या, त्यांनी शोधलेल्या नवऱ्यामुलाच्या घरी गेले, बसले, बोलले. मनाने त्या घरात वावरते आहे, अशी कल्पना केली, स्वप्नं रंगवली आणि एक दिवस चांगली दणदणीत खाली आपटले, म्हणून या क्षणाला तरी माझ्या नशिबात लग्न, तेही आईबाबांना आवडणारं, त्यांच्या डोक्यातल्या जुन्या पद्धतीनेच घडणारं, दोन कुटुंबांना जोडणारं, ठरवून केलेलं लग्न आहे, असं मला मुळीच वाटत नाही. दुधानं तोंड पोळलं, म्हणून आता ताकदेखील फुंकून पिणार. एकदा तो तसला प्रकार वाट्याला आल्यामुळे दुसऱ्यांदा तसल्याच मनस्तापातून जायची माझी तयारी नाही.

मग मला सांगा, जे मला सुखासुखी लाभणार नाही, त्याचा नाद मी सोडला आणि सरळ माझं मन माझ्या करियरवर, माझ्या कामावर केंद्रित केलं, तर आईबाबांना त्याचा एवढा काय त्रास व्हायला हवा? आत्तापर्यंत माझं लग्न ठरवण्याच्या त्यांच्या

प्रयत्नांमुळे माझ्या वाट्याला जे आलंय, त्याचा मी करून घेतलाय का त्रास? नाही. म्हणजे खरं पाहिलं तर त्या सगळ्या प्रकारामध्ये माझेच सर्वांत जास्त हाल झाले ना! पण जी मानहानी झाली, ती सोसलीच की नाही मी शांतपणाने?

मग त्या सगळ्या चमत्कारिक प्रकाराला मागे टाकून आणि त्या सगळ्या स्मृतींना, घरात घडणाऱ्या रोजच्या निष्फळ चर्चेला, वादावादीला बाजूला सारून मी माझ्या मन:शांतीसाठी एकटी राहायचं निश्चित करून या माझ्या छोट्याशा जागेत आले आणि झालं गेलं विसरून आपल्या कामाला लागले, तर काय चुकलं माझं?

गेले सहा महिने त्या लग्नाच्या पायी जी यातायात झाली आणि वरून जो काही मनस्ताप झालाय, त्याची किंमत कोण भरणार? ज्याने सर्वांत जास्त वैताग दिला, तो तर करूनसवरून नामानिराळा झालाय. त्याचं नावदेखील घ्यायला नको वाटतं मला. त्याचे आईबापही 'दैवाचा दोष,' म्हणून हात झाडून मोकळेच राहिलेत. मुलाला नाही दोष दिला त्यांनी स्वत:च्या.

नाही म्हणायला दुसऱ्या खेपेला आम्ही लंडनमध्ये गेल्यावर जो असह्य प्रसंग झाला, तेव्हा मात्र त्यांनी दहा-दहा वेळा माफी मागितली आम्हा सगळ्यांची. पण हजार वेळा 'सॉरी' म्हटल्याने आमच्या पदरी पडलेला मनस्ताप भरून थोडाच निघतो?

पहिल्या खेपेला आईबाबांबरोबर लंडनमध्ये जाऊन मी इथे परतले, तेव्हा माझी तिथे सगाई झाली, असं कळल्यावर माझ्या ऑफिसमधल्या मित्रमैत्रिणींनी मला एक जोरदार ब्रायडल शॉवर दिला होता. त्या सगळ्यांनी मिळून कौतुकाने मला दिलेली प्रेझेंट्स मी घेतली आणि मग दुसऱ्या खेपेला लंडनमध्ये जाऊन आल्यावर 'हे लग्न होणारच नाही,' हे मला आणि सगळ्यांना निश्चित कळल्यावर ऑफिसमधल्या सगळ्याच जणांनी आ वासला.

झालं ते का झालं आणि कसं घडलं, ते तर मलादेखील नीटसं कळलंच नव्हतं. मग मी त्यांना काय सांगणार? 'मुलाने लग्न मोडलं,' एवढंच सांगितलं. ते खरंच होतं. बाकीचं सगळं सांगणं अशक्यच होतं.

त्या मुलाने मला पहिल्यांदा लंडनला त्याच्या आईबापांच्या घरी आम्ही गेलो, तेव्हाच पाहिलं होतं. आमची त्यांची जात एक होती, घराणी एकाच तोलामोलाची होती. तेही आईबाबांसारखेच व्यापारउदीमवाले होते. मी त्याच्या आईवडिलांना पसंत होते.

नवऱ्यामुलाचं मतही त्यांच्याचकडून आम्हाला कळलं ते अनुकूल होतं. आईबाबा खूष होते. मीही आनंदात होते आणि आम्ही इथे परत आल्यावर मात्र मुलाने मला त्याचा नकार कळवला. त्याने जे कारण कळवलं ते इतकं चमत्कारिक होतं, की त्या

धक्क्याने आम्ही प्रचंड गडबडलो. मग आईबाबा आणि त्याच्या घरचे लोक यांची भरपूर फोनाफोनी झाली.

शेवटी आईच्या हट्टापायी आम्ही पुन्हा एकदा तिघेही लंडनला गेलो. या प्रकरणाचा समक्ष भेटूनच काय तो सोक्षमोक्ष लावावा म्हणून आम्ही गेलो आणि त्या भेटीत निकाल कळला तो हाच की 'लग्न मोडलं!'

हा संबंध जुळणं अशक्य. का आणि कसं ते नीटसं कळलंच नाही. सगळ्या चर्चा होऊनदेखील घरी येताना मी धुक्यातून चालत असल्यासारखी अस्वस्थच होते. पण परत घरी आल्यावर ती प्रेझेंट्स मला बघवेनात. मी ती सगळी उचलून नुसती क्लॉझेटमध्ये बाजूला नजरेआड ठेवून दिली. कारण मित्रमैत्रिणींचं म्हणणं, की आम्ही आवडीने तुला दिलेली प्रेझेंट्स आहेत. एकदा दिलेलं तू परत करू नको. तू ते खुशाल स्वत:साठी वापर. पण माझं मन इतकं सुन्न झालंय, की मला तर त्या वस्तू डोळ्यांपुढेदेखील नको वाटतात.

तुम्हीच सांगा, एवढं सगळं सोसल्यावर, लग्न या प्रकाराचाच मला असा वैताग आला आणि त्या वस्तू, ते घर, चडफडणारे आईबाबा, सगळं नजरेआड करून नुसतं एकटं राहावंसं वाटलं, तर काय चुकलं माझं?

भारतीबेन

मला अगदी समजत नाही, काय चुकलं माझं? किती विचार करकरून डोक्याचा भुगा व्हायची वेळ आली, पण अजिबात उमजत नाही. खरोखर, मी जे केलं, त्यात कुठं कमी पडले मी? काय चुकलं? मुली जन्माला घातल्यावर डोळ्यांत तेल घालून त्यांना जपलं, वाढवलं. जन्मभर एकीकडे दुकानात राबराब राबून नवऱ्याच्या व्यापारधंद्याला हातभार लावतानादेखील मुलींच्या घरी परतायच्या वेळेला नीट घरात राहून मुलींच्या कल्याणाची सतत काळजी वाहिली. तीन देशांतून फिरतानादेखील मुलींना अगदी साधंसरळ वळण लावलं, भरपूर शिकवून त्यांना शहाणं केलं, स्वत:च्या पायांवर उभं राहायला मदत केली आणि मुली मोठ्या झाल्यावरही स्वत:ची जबाबदारी नीट ओळखून दूरदृष्टीनंच पुढची पावलं टाकली. करिअर सुरू झाली तरी मुलीच्या जातीला संसारही हवाच ना! मग जगाच्या पाठीवर कुठच्या कुठच्या देशात जाऊन स्थायिक झालेल्या आमच्या जातबांधवांकडून उपलब्ध नवऱ्यामुलांची, त्यांच्या कुटुंबांची माहिती काढली. त्यातल्या त्यात सर्वांत चांगली दोन-तीन स्थळं हेरली. त्यांच्याशी नीट संपर्क साधला, फोनाफोनी केली, पदरच्या पैशांनी लंडनच्या वाऱ्या केल्या. मुलीला

चांगलं स्थळ मिळावं आणि ती सुखात राहावी, म्हणून कोणतेही शहाणे आईबाप जे जे काही करतील, ते सगळं, शुद्ध मनाने आणि देवावर श्रद्धा ठेवून केलं. सगळ्यांनी वाखाणावं, इतक्या साध्यासरळ मुली माझ्या, अविनीता आणि शुचिता. मोठी अविनीता कमर्शिअल आर्टिस्ट आणि लाजरी. धाकटी शुचिता सायन्स घेऊन कॉलेजात गेलेली आणि धाडसी.

मोठीचं लग्न लावून दिलं, की धाकटीच्या लग्नाची फारशी चिंता नव्हती. कारण तिचे कित्येक मित्र तिच्याभोवती रुंजी घालत आमच्या घरी येतच होते. त्यांतल्या कुणीही तिला चटकन स्वीकारली असती आणि ती तशी खमकी आहे. उगाच चुकीच्या गोष्टी करून तोंडघशी पडणाऱ्यांतली नाही, हेही आम्हाला माहीत होतं, म्हणून तिच्या बाबतीत आम्ही निर्धास्त होतो. पण मोठी जरा लाजाळू आणि बरीचशी भोळी. हातात कला आहे तिच्या, पण अंगात हिंमत फारशी नाही. देवाने तिला फक्त हरणाचे डोळे आणि सशाचं काळीज देऊन आमच्या घरी पाठवून दिलेलं. त्यामुळे तिचं लग्न आम्ही पुढाकार घेऊन करून देण्याचा विचार होता आमचा. यात आमचं काय चुकलं?

पण म्हणतात ना, माणूस योजतो एक आणि नियती योजते दुसरंच, तसं घडलं तिच्या बाबतीत. अशी लाजरी, हसरी आणि निरागस लेक माझी. आईबाबांनी ठरवलेल्या गोष्टी आपल्या हिताच्याच असतील, असा तिचा या परक्या देशात राहूनदेखील पक्का विश्वास. आम्ही भाग्यवान मानायचो स्वत:ला. पण दैव कसलं नाठाळ! नेमकं तिच्याच वाट्याला हा एवढा मोठा विश्वासघाताचा प्रसंग का यावा? दोनही घराणी सारख्याच तोलामोलाची. नवरामुलगा चांगला उद्योगी म्हणून अनेक मित्रांच्याकडून ग्वाही मिळालेली आणि फोनवर त्याच्या आईबापांशी आम्हा दोघांचं बोलणं झालं, तेही अगदी चांगल्या तऱ्हेने, राजीखुषीने झालं. मग त्यांना सोयीचं होतं, त्या मोसमात आम्ही मुलीला घेऊन त्यांच्या घरी भेटायला गेलो. मुलाला पाहिलं, तोही आमच्या अविनीतासारखाच संकोची, अबोल वाटला. आम्ही म्हटलं, चांगली जोडी जमेल दोघांची. त्याच्या आईवडिलांना आमची कन्यका पसंत पडली. त्यांनी तिच्या तोंडात साखरबत्तासा घातला आणि व्यवस्थित देणीघेणी करून सगाई उरकून आम्ही आनंदात घरी परतलो.

अविनीताच्या ऑफिसातल्या लोकांनी तिला ब्रायडल शॉवरची सुंदर पार्टी दिली. कौतुकाने कितीतरी भेटी आणून दिल्या. ती खूष होती, आम्ही आनंदात होतो. बऱ्याच जवळच्या मित्रांना, नातेवाइकांना कळवून झालं आणि पत्रिका, पोशाख वगैरेंसाठी भारतात जाणं आम्ही ठरवत होतो. मात्र एक दिवस आपली अविनीता कामावरून घरी परतली, ती करपलेला चेहरा करून.

मी म्हटलं, कामाचा ताण पडला असेल, चहा करावा. पण तिला चहा नको

होता, बोलणंही नकोसं झालेलं. तरी पण मी खनपटीलाच बसले, तेव्हा हळूहळू वार्ता समजली. मुलाने म्हणे तिला ऑफिसात फोन करून सांगितलं होतं, की त्याला तिच्याशी लग्न करणं शक्य नाही. हे इतपतच कळल्यावर मी म्हटलं, की अगं, तो चेष्टा करत असेल किंवा तू काहीतरी चुकीचं ऐकलं असशील. पण ती नीट बोलत होती. चुकीचं काही नव्हतं. त्याला लग्नच नको होतं. मला अशातच प्रश्न पडला, की आपल्या मुलीची कोणती गोष्ट त्याला पसंत पडली नाही?

पण ती म्हणाली, "आई, त्याच्या निर्णयाचा माझ्याशी काही संबंध नाही."

"मग कशाशी आहे?" मी विचारलं.

अविनीताचा चेहरा चमत्कारिक दिसला, भूत पाहिल्यासारखा. मग कसाबसा धीर करून एकेक शब्द उच्चारत ती म्हणाली, "आई, तो म्हणाला, की त्याला माझ्याशी लग्न करायचंच नाहीय. कारण तो गे आहे."

माझ्या डोक्यात ती काय म्हणतेय ते शिरलंच नाही.

मी म्हटलं, "तो काय आहे?"

"गे आहे गे, त्याला माझ्यासारख्या मुली नकोत,"

"म्हणजे काय?"

"अगं आई, त्याला फक्त मुलग्यांच्यातच रस आहे."

वज्राघात! तो मुलगा चांगला सालस, सज्जन वाटणारा मुलगा, चांगल्या बनियांच्या घराण्यातला शिकलासवरलेला मुलगा असा असेल?

अविनीता म्हणाली, "आई, तो स्वत:च मला हे म्हणाला, म्हणून तर मी तुला सांगतेय. माझ्या डोक्यात तरी हे आलं असतं का?"

हे तर खरंच होतं!

मग थोडा वेळ डोक्यावर हात धरून सुन्न बसले. देवकीनंदनाचा धावा केला, बालाजीला कौल लावला आणि कसाबसा मुलाच्या घरी फोन लावला. त्याची आई फोनवर आली. मला माझ्या मुलीकडून कळलेलं तिला कळवायला महत्प्रयास पडले. माझ्याचकडे काहीतरी अपराध असल्यासारखी मी बोलत होते. पण मी ते शब्द उच्चारायचा धीर केला मात्र, वीज कोसळल्यासारखा तिकडून किंकाळीचा आवाज आला. ती बिथरलीच होती.

"शक्यच नाही. काय बालंट आणलंय आमच्या मुलावर? आमचा मुलगा मुळीच तसला नाही आहे. तुमच्याच मुलीला लग्न करायचं नसेल. तिचाच कुणी दुसरा यार आहे का पाहा!"

एक ना दोन! नुसता जोरदार शब्दांचा मारा झाला माझ्यावर. शेवटी मी शहानिशा करून पाहा, त्यालाच विचारून पाहा म्हटलं.

तेव्हा ती ठसक्यात म्हणाली, ''विच्चारणार काय? मला हज्जार टक्के नक्की माहिती आहे, माझा मुलगा त्यातला नाहीच.''

शेवटी मी म्हटलं, ''असेल किंवा नसेल, पण त्याने आमच्या मुलीला आधी पसंत करून मग आता हा बाँबगोळा तिच्यावर टाकलाय, ही काय त्याची जीवघेणी थट्टा समजायची का? काय करायचं काय आम्ही असला बेजबाबदार फोन त्याने केल्यावर? माझी मुलगी इथे रडून डोळे लाल करत बसलीय. तुम्ही विचारा तरी एकवार त्याला की, ही काय गोष्ट आहे? कशासाठी असलं सांगितलं त्याने तिला?'' तेव्हा ती बापडी नरम आली.

तिलाही अविनीता आवडली होती आणि मुलीच्या मायेने ती आपल्या पोराची जबानी घ्यायला तयार झाली. त्याला विचारून परत तुम्हाला फोन करते म्हणाली. पण चार दिवस गेले, तरी तिचा फोनच येईना.

लंडनमधल्या आमच्या बाकीच्या सगेलोकांकडून आम्ही आणखी थोडी माहिती काढली, तर कळलं, की मुलाची तिकडे एक खूप आवडती मैत्रीण आहे आणि त्याचे मित्र समजतात की, तो तिच्याशीच लग्न करणार आहे.

कुणी काही सांगे, कुणी आणखी काही. आम्ही सगळे काट्याच्या शय्येवर झोपल्यासारखे अस्वस्थ होतो. शेवटी अविनीताच्या बाबांनीच माझ्या हातात पुन्हा एकदा लंडनची तीन तिकिटं ठेवली. सरळ त्यांच्या पुढ्यात जाऊन शहानिशा करूया म्हणाले.

आम्ही त्यांना वायर पाठवून दिली, की आम्ही परत येतो आहोत, मुलाला आमच्या आणि तुमच्या समक्षच काय ते अविनीताला सांगू दे आणि 'हा सूर्य - हा जयद्रथ,' करायच्या तयारीने मुलीला घेऊन परत त्यांच्या घराची पायरी चढलो. यात तरी काय चुकलं माझं सांगा!

तिथे गेलो, तर मुलाचे आईबाप आणि काकाकाकीच फक्त आमच्या स्वागतासाठी होते. अवांतर गप्पाच फक्त चालल्या होत्या. मूळ मुद्याला कुणीच हात घालत नव्हतं. त्याच्या मैत्रिणीबद्दल जे ऐकलं होतं, ते खरं समजायचं, का मुलाने आमच्या मुलीला जे सांगितलं ते खरं समजायचं? काही समजत नव्हतं.

मुलगा येईल आणि मग आपल्याला नीट काय ते कळेल म्हणून आम्ही खूप वेळ वाट पाहिली. पण तो राहूकालात सापडलेल्या सूर्यासारखा उगवलाच नाही. काळं तोंड घेऊन कुठं गायब झाला, देव जाणे. मग मात्र आईबाप पडके चेहरे घेऊन आमची माफी मागायला लागले, हातापाया पडले. मुलगा तसा नाही, याची ग्वाही आत्तापर्यंत अनेकदा देऊन झालीच होती, पण तो काही शहानिशा करायला जागेवर नव्हता.

मी म्हटलं, ''माफी मागून आमचं झालेलं नुकसान भरून येणार आहे का?

कॅनडातून दोनदा या सगाईपायी लंडनच्या वाऱ्या आम्ही केल्या, पैशापरी पैसा गेला आणि वरती मूर्खपणा पदरात घेतला. मुलीला मनस्ताप झाला आणि आमची सगळ्या सग्यासोयऱ्यांमध्ये नाककटाई झाली. तुमच्या करनकरी मुलाचा काय खेळ झाला, देवाला ठाऊक. आमच्या निष्पाप मुलीला मात्र निष्कारण हा डाग लागला.''

शेवटी त्यांच्या घरातून आम्ही उठलो आणि परतीच्या विमानात बसून घरी आलो. काय झालं, कसं झालं आणि आमच्यासारख्या एकमार्गी कुटुंबाच्या वाट्याला हा भोग का आला, आम्हाला काहीही कळलं नाही. ही सोयरीक पुढे चालू ठेवण्यात अर्थ नाही, हे कळलंच होतं. त्यांनी आम्हाला सगाईतून मुक्त केलं. आम्ही अक्कलखाती भरपूर नुकसान सोसून आणि दोन-तीन आठवडे झोप नाहीशी करून, महागातलं शहाणपण शिकून परत आलो आणि आता आमची अविनीता घर सोडून एकटी राहायला गेलीय.

आमची बेटी आईबापांवर रुसली. आमच्या घरातली शान गेली, शांती गेली, रौनक गेली. पण मला सांगा, मी जे जे करायला गेले, ते ते तिच्यासाठी बऱ्या भावाने केलं आणि तरीदेखील जे जे माझ्या हातून हरवलं गेलं, त्यात माझं खरंच कुठं काय चुकलं?

असीम

आज घरात आईबाबा माझ्यावर भयानक रागावलेत, कॅनडातली अविनीता तर माझं नावदेखील शिवीसारखं त्याज्य समजते आणि कहर म्हणजे माझी सलीमापण माझ्याशी अबोला धरून बसलीय. सगळ्यांच्या अशा रागाला मी पात्र ठरलोय आणि सगळ्यांचा अपराधी बनलोय. पण कुणीतरी मला नीट सांगेल का, की खरोखर, आहे ह्या परिस्थितीत मी जो मार्ग काढला, त्यात माझं काय चुकलं?

ज्या मुलीशी मला काडीचंही सोयरसुतक नाही, त्या कॅनेडियन मुलीला दाखवायला घेऊन ते लोक लंडनमध्ये आमच्या घरी आले. आमच्या मातोश्रींनी हा सगळा कट करून आधीच हे ठरवलं होतं, हे मला मुळीच माहीत नव्हतं. सबंध दिवस मी माझ्या कामात. आईच्या फोनशी माझा काय संबंध? आम्हा लोकांमध्ये सगेसोयरे भरपूर आणि आल्यागेल्याचं अगत्यही भरपूर. घरात नेहमीच हे ना ते पाहुणे येत असतात. त्यातला वेगळेपणा मला कसा कळायचा? ते लोक कॅनडाहून घरी आले त्या दिवशी मी योगायोगाने घरी होतोच, म्हणून माझ्या पुढ्यातच तो सगळा भेटीगाठीचा प्रसंग

घडला. आईने भरपूर खाणंपिणं केलंच होतं, सगळ्यांनी त्याचा समाचार घेतला, मीही घेतला. घरात येणाऱ्या कोणत्याही माणसाशी जितके मॅनर्स पाळून आपण बोलतो, तसा मी त्यांच्याशीही बोललो. एवढ्या लांबून आले होते! मुलगी बिचारी ठीकठाक होती आणि घरात येऊन थडकलेल्या पाहुणेमंडळींचा अपमान कसा करायचा उगाच? म्हणून मी आपला बसलो, बोललो तिच्याशीही. यात माझं काय चुकलं?

पण तरी ते गेल्यावर मी आमच्या आईला नीट बजावून सांगितलं, की उगाच या मंडळींना आशा लावून ठेवू नकोस. मी त्यांच्या मुलीशी संसार तर नाहीच, पण लग्नदेखील करणार नाही. केलं लग्न तर सलीमाशीच आणि तू किंवा बाबांनी नाही कळवलंत, तर मी स्वत: फोन करून कळवीन. पण आईबाबांना मी किती खंबीर आहे, त्याचा अंदाज नसावा.

त्यांना वाटलं, असीमला आवडली तर आहे मुलगी, म्हणून तर सगळ्या भेटीगाठीत शांतपणे बसला, बोलला. आता थोडे दिवस जाऊ देत. लग्न लागलं, की येईल आपसूक वळणावर. मग सलीमाला आपोआप डच्चू मिळेल. पण मला शांत कसं बसवणार? तिकडे त्या मुलीला माझे फोन का येत नाहीत म्हणून चिंता लागलेली. एक नाही, दोन नाही, तीन दिवस ती मुलगी मला कॅनडातून फोन करून माझ्या मशीनवर निरोप ठेवत राहिली. मग मला काय करावं समजेना.

शेवटी मी तिच्या ऑफिसमध्ये फोन लावला, तेव्हा कळलं, की आमच्या आईसाहेबांनी परस्पर तिला माझी पसंती कळवून ठेवलेली होती म्हणे. हे कळल्यावर मात्र मी बिथरलो. तिच्या आईबाबांना जे नीट समजेल आणि याही मुलीला समजेल, असं बिनतोड कारण तिला सांगितलं पाहिजे, नाहीतर आपण आता चांगलेच गोत्यात येऊ, असं वाटल्यामुळे मी सरळ थाप मारली, 'बाई गं, तुझ्याशीच नव्हे, तर कुणाशीही लग्न करणं मला अशक्य आहे, कारण मी गे आहे.'

मनात म्हटलं, की हिला सांगितलेलं फक्त हिला आणि हिच्या आईबाबांना समजवायला पुरेसं कारण आहे. बाकी कुणाचा त्याच्याशी काय संबंध? शिवाय आपण आपल्या परीने आपल्यातच खोट काय आहे, तेवढंच सांगितलं. तिच्यात तर काही दोष काढला नाही. हे तर चांगलंच केलं की आपण. आईबाबांनी सांगितलेलं मला आठवत होतं, की भारतामध्ये जर मुलगी किंवा मुलगा पसंत नसला, तर तसं स्पष्ट सांगून दुसऱ्याला दुखवणं चांगलं समजत नाहीत, त्याऐवजी फक्त 'पत्रिका जुळत नाही,' म्हटलं, की काम भागतं. तसंच तर मी या मुलीशी वागायला गेलो.

मी स्वत: गे आहे, असं मी सांगितलं, यात मी कुणाचं घोडं मारलं?

आईबाबांनी मला जमेत न धरता हिच्याशी माझी सोयरीक ठरवून टाकली, ह्याबद्दल मी त्यांना दोष दिला नाही, की त्या मुलीच्या घरच्यांना दोष दिला नाही. फक्त एक बिनतोड कारण देऊन स्वत:वरच धार धरली. मग सांगा बरं, मी जाणूनबुजून जो हा मार्ग काढला, त्यात खरंच माझं काय चुकलं? त्या मुलीचं एक जाऊ दे, पण माझ्या सलीमानेसुद्धा माझ्याशी अबोला धरावा, असं खरोखर, काय मी चुकीचं वागलो?

सलीमा माझी लहानपणापासूनची मैत्रीण. तिच्या आणि आमच्या घरातल्यांना हे माहीत नव्हतं, असं नाही. पोहायला आम्ही एकत्र जात होतो. आमच्या दोघांच्याही वाढदिवसाच्या पार्ट्या एकमेकांशिवाय घडत नव्हत्या. पण लहानपणी मैत्री केली तर चालते आणि मोठेपणी त्या मैत्रीचं पर्यवसान प्रेमात झालं आणि आम्ही दोघांनी लग्न करायचं म्हटलं तर चालत नाही, या कर्माला काय म्हणायचं?

सलीमा आणि मी एकमेकांना आणाभाका दिल्या आणि मगच आईवडिलांना सांगितलं. आम्हाला वाटलं होतं, की आमच्या घरातून आम्हाला पाठिंबा मिळेल. पण दोन्ही कुटुंबांचा आमच्या दोघांच्या सगाईला कडाडून विरोध.

आईबाबांचं म्हणणं, आम्ही तुझ्या पुढ्यात पन्नास वधू आणतो. तू त्यातल्या वाट्टेल त्या मुलीशी लग्न ठरव, आम्ही ब्र काढणार नाही. पण मुसलमान मुलगी या घरात सून म्हणून चालणार नाही.

सलीमाच्या घरातल्यांचा हाच प्रकार, फक्त ते मला 'काफिर' म्हणतात. बाकी वाक्ये तीच. तोच मूर्खपणा. दोघांपैकी कोणत्याच घरातल्यांना हे समजत नाही, की माझ्यात आणि सलीमाच्या विचारात, आचारात फारसा फरक मुळातच नाही. आम्हा दोघांच्याही डोक्यात तुमचे ते तथाकथित हिंदू आणि मुस्लीम या दोघांच्याही परंपरांतलं फारसं काहीही महत्त्वाचं शिरलेलं नाही.

आम्ही दोघंही जन्माने आणि आचारविचारांनी ब्रिटिश आहोत. फिश अँड चिप्स, पोटेटो क्रिस्पस, पब्स आणि रॉक म्यूझिक यात आम्ही वाढलो. आम्ही विचार करतो तो इंग्लिशमधून करतो. चिंता करतो ती ब्रिटनबद्दल करतो. प्रेम केलं तर ते या भूमीवर करतो. भारत आम्हाला उपरा वाटतो. बापजाद्यांचा देश असेल, पण आमचा स्वत:चा नाहीय. तिथल्या परंपरा आम्हाला पुष्कळशा बुरसटलेल्या आणि काचणाऱ्या, कधीकधी हास्यास्पद वाटतात. इथे देवळात किंवा मशिदीत गेलो नाही, तर आम्हाला काही चुकल्यासारखं वाटणार नाही, पण सॉकर मॅच चुकली, तर मात्र दु:ख होईल.

असं असताना आम्हाला लग्न करायला विरोध करायचा आणि कुठलीतरी गरीब बिचारी कॅनेडियन मुलगी केवळ जातवाली म्हणून परस्पर माझ्या गळ्यात बांधायचा

घाट घालायचा, हे आईबाबांनी केलं ते योग्य झालं का? मग या प्रकारात मी बिथरलो आणि त्या मुलीला वाट्टेल ते सांगून बसलो, तर माझं काय चुकलं? आणि झाला प्रकार सलीमाच्या कानावर घातल्यावर ती मलाच दुजोरा देईल, काय छान युक्ती काढलीस, म्हणून मला शाबासकी देईल, अशी अपेक्षा मी केली, तर त्यात तरी, सांगा पाहू, माझं खरंच काय चुकलं?

कोकिलाबेन

सगळ्यांनी माझं डोकं भंडावून सोडलंय, पण मला अजूनही समजत नाही, की या सगळ्या भयानक प्रकारात माझं नेमकं काय चुकलं? जो उठतो तो आपला मलाच दोष देतो.

घरवाला म्हणतो, 'तुझ्या लाडानंच मुलगा बिघडला. आधी त्या मुसलमानाच्या मुलीशी लगीन लावायला निघाला आणि आता होणारी सोयरीक टाळायला असलं हे चमत्कारिक कारण सांगून तीन देशातल्या सगळ्या जातवाल्यांमध्ये आमच्या नाकाला काळं फासून गेला.'

मुलगा म्हणतो, 'तू फक्त बाबांच्याच बाजूने बोलतेस. माझ्या मनाची तुला काहीच किंमत नाही. मी सांगितलं त्या मुलीला, म्हणजे काय खरोखरच वागलो का तसा मी? सलीमाशी मी लग्न ठरवलंय, हे काय तुम्हाला माहिती नाही?'

मुलाचा रागही बरोबर आहे आणि नवऱ्याचा वैतागही बरोबर. पण माझं नेमकं काय चुकलं, म्हणून माझ्या वाट्याला सगळीकडून ही टीका आली?

मुलीकडच्यांना तर वाटतं की, मी आपल्या नादान मुलाला पाठीशी घातलं आणि त्यांच्या मुलीचा घात केला. वारंवार माफी करा म्हटलं, तरी त्या भारतीबेनला माझी कणव आली नाही. मला ताडताड बोलून मगच चालते झाले सगळे! गहजब नुसता! मीही एक आईच आहे ना! मला मुलगी नसली, तरी दुसऱ्याच्या गरीब बिचाऱ्या मुलीचा घात करावा, असं मला कसं वाटेल? ती मुलगी तर मला आवडलेली होती. घरात लक्ष्मी येणार म्हणून मी हरखले होते. पण आमच्या चिरंजीवाने अविचाराने जो घोळ घातला, त्यात बिचारी पोळून निघाली.

तिचा तरी बिचारीचा काय दोष? त्या मुलीने पहिल्या खेपेला साखरबत्तासे खाल्ले माझ्या हातून, पण दुसऱ्यांदा आमच्या घरातून बाहेर जाताजाता मला तिने अशी काही नजर दिली, की मी मिठाची पुतळी असते, तर त्या नजरेत विरघळून माझं पाणीपाणी झालं असतं. पण खरोखर कितीही विचार केला, तरी मला कळत नाही,

कदाचित कधीच कळणार नाही, की झाल्या प्रकारात माझं काय चुकलं? तुम्ही माझ्याजागी असतात, तर तुम्ही काही वेगळं केलं असतंत का?

कराचीला माझा जन्म झालेला. फाळणीच्या वेळी आमच्या घरातल्यांनी जे जे म्हणून बघू नये ते सगळे अत्याचार बघितलेले. गाव सोडून निर्वासित होताना तेवढी आठवणींची बोचकीच उराशी बाळगून ते भारतात शिरले. त्यांच्या त्या जळत्या आठवणींच्या धगीतच आम्ही वाढलेलो.

भारत सोडून विलायतेत येऊन स्थायिक झालो, तरी लहानपणापासून घरात बा आणि बापूंनी बोललेलं, ऐकलेलं विसरता येतं का? बा आणि बापू म्हणायचे, की मुलीला देवळात सोडून द्या, विहिरीत ढकलून द्या, पण मुसलमानाच्या घरी देऊ नका, बेचाळीस पिढ्यांना नरकात पाठवू नका. एकवेळ मुलगा कुंवारा राहिला तरी चालेल, पण चुकूनसुद्धा मुसलमानाशी संबंध नको. आता हे सगळं ऐकूनदेखील विलायतेत आल्यावर मुसलमानांशी जवळून ओळख झालीच. कारण ते मुसलमान देखील आमच्याच सारखे स्वदेश सोडून या देशात येऊन शेजारीपाजारी वसले, तेव्हा मुलं शाळा शिकताना त्यांच्या आसपास मित्रमैत्रिणी त्या लोकांच्या पोरांमधून असणारच. त्याला आपण काय करणार? भारतातदेखील सर्व धर्मांची मुलंमुली एकत्र शिकतातच की. तेवढी तडजोड केलीच, पण एवढ्या सगळ्या इतिहासानंतर जाणूनबुजून त्या लोकांशी रोटीबेटीचे व्यवहार आपण लोक कसे करणार?

आमच्या कुलदीपकाला काय हे माहीत नाही? चांगलं माहीत आहे. सलीमा तुझी मैत्रीण राहूदे, पण सलीमाशी तुझी सोयरिक जमणं शक्य नाही म्हणाले मी, ते त्याला कधी खरंच वाटलं नाही. त्याला वाटलं, की आत्तापर्यंत आईबाबांनी आपले सगळे लाड पुरवले. आत्तादेखील बोलतील, बोलतील आणि मग तडजोड करतील. पण काही ठिकाणी तडजोड करता येत नाही, हे काय त्याला कळू नये का?

सलीमाशी तुझं लग्न होणं शक्य नाही, असं नुसतं म्हणून मी थांबले असते, तर मला दोष द्यायचा होता. पण मी काही त्याला कुंवारा राहायला सांगत नव्हते. मी माझ्या कर्तव्यात कुठे कसूर केली? चांगल्या घरातल्या बहूला घरी आणण्यासाठी जे जे प्रयत्न करायचे, ते ते सगळे केले. हरप्रयत्न करून वेळ नीट जुळवली. मुलाने आधीच डोक्यात राख घालू नये म्हणून त्याला नकळत मंडळींच्या येण्याचा सगळा योग नीट जुळवून आणला. मुलीकडच्यांना घरी बोलावलं, चांगला पाहुणचार केला. पण या मुलाने असा घायकुतेपणा करून वाट्टेल ते तारे तोडून ठेवले आणि मग माझ्यावरच सगळीकडून विजा कडाडल्या.

घोळ घातला मुलाने, पण शेवटी खापर मात्र मुलाच्या आईच्या डोक्यावर

फुटणार. मी लाडावून ठेवला म्हणे त्याला. पण आई म्हणून मुलाचे लाड पुरवण्याआधी मी ठाम मताच्या नवऱ्याची बायको आणि घरातल्या मोठ्या मंडळींची सूनपण होतेच ना! सगळीकडच्या अपेक्षा मला पुऱ्या करायच्या होत्या. मग खरंच सांगा, मी माझ्या कुटुंबासाठी, माझ्या मुलासाठी आणि त्या बिचाऱ्या सालस मुलीसाठीसुद्धा जे जे केलं, त्यात माझं खरोखर काय नेमकं चुकलं?

सलीमा

आज तू मला नाकारलंस. माझ्या अस्तित्वावरच आघात केलास. मग मी तुझं नाव टाकलं तर माझं काय चुकलं?

इतके दिवस मी समजत होते, की माझं आणि तुझं मन एक झालंय. माझ्या मनातलं सगळं तुला न बोलता समजतं आणि तुझं मला, म्हणून तर आपल्या आईवडिलांच्या संयुक्त विरोधाला न जुमानता तुझ्यावर विसंबून मी शांत राहिले होते. आपण कधीतरी नक्की लग्न करणार, म्हणून वाट बघत होते. तुझ्या आईच्या बेतामुळे घरी तुझ्यासाठी सोयरीक आणली, हे कळूनदेखील मी तुझ्यावर विश्वास ठेवून चुपचाप काम करत राहिले होते. पण परवा त्या मुलीच्या फोनवर तू जे काही तिला सांगितलंस आणि नंतर निर्लज्जासारखं येऊन ते मारे कौतुकाने मलाही ऐकवलंस, त्यांनतर मात्र मला शांत राहणं अशक्य आहे.

तू रागावला आहेस. तुला माझं वागणं समजत नाही, असं तू मला सांगतोस. पण हे वाक्य तर खरं म्हणजे मीच म्हणायला हवंय. मी चिडायला हवंय. पण मी रागावण्याऐवजी निराश झाले आहे. पुरुषाचं मन आपल्याला कधीच कळणार नाही, असं वाटायला लागलंय मला. भयानक एकटं वाटतंय मला आज.

खरं सांग, त्या तिऱ्हाईत मुलीला बाजूला करायला असलं चमत्कारिक खोटं बोलायची तुला काय गरज होती? माझं अस्तित्व नाहीसं करून हे असलं चुकीचं तिला कशाला सांगायला हवं होतं? माझी काय तुला लाज वाटत होती का? सरळसरळ, 'मी सलीमाशी प्यार करतो, मी तिच्याशी लग्न करणार आहे.' असं त्या नव्या मुलीला सांगायला तुला काय शरम वाटली? माझं नावदेखील न उच्चारता 'आपण गे आहोत,' असं धादांत खोटं तिला सांगताना तुझी जीभ थरकापली नाही?

त्या एकाच निष्फळ वाक्याने तू तिलाही नाकारलंस आणि मलाही. ती तुझी कुणी नव्हतीच, पण मी तर होते ना! मग का नाही मला अभिमानाने मिरवलंस? का माझ्या सगळ्या अस्तित्वावर कफन ओढलंस! का सलीमाशी ठरवलेल्या लग्नाच्या

आणाभाकांना काही अर्थ नव्हता? मग मला जर आता तुझ्या या ढोंगीपणाचा, नाकर्तेपणाचा उबग आला आणि मी तुझ्याशी अबोला धरला आणि पुन्हा तुझ्या भानगडीत पडणार नाही, अशी शपथ घेतली, तर मला सांग, माझं काय चुकलं?

*

हा माझा मार्ग एकला!

नागपूरला ताईंशी फोन लावून झाल्यावर अविनाश आणि अनघा अवाक होऊन नुसते एकमेकांकडे बघत बसले. बाहेर शिकागोतलं सुप्रसिद्ध धुकं पसरलं होतं.

अविनाशनेच पहिल्यांदा तोंड उघडलं.

"ताईला जड जाणार हे सगळं." तो म्हणाला, "नाही म्हटलं तरी एकुलती एक सून. तिच्यावर ताईच्या केवढ्या आशा आकांक्षा जडून होत्या!"

"हो ना, मुळात सून हुशार, कर्तबगार, करियर करणारी आणि शिवाय सुंदरही म्हणून केवढ्या खूष होत्या ताई चिन्मयच्या लग्नात आणि आता तीन वर्षांच्या आतच...."

"चिन्मयच्याच शहरात राहून नसती का तिला नोकरी मिळवता आली?" अविनाश चिडचिडल्यासारखा बोलला.

नव्या नवतीच्या लग्नाला तीनच वर्षं होत असताना नयनाने, ताईंच्या सुनेने एक वेगळाच निर्णय घेतला होता. चिन्मयची प्रॅक्टिस ब्रिटिश कोलंबियामध्ये पेंटिक्टन गावात होती. पण त्याला त्याच्या गावातच सोडून नयनाने कॅनडाच्या उत्तरेकडे जाऊन एक नोकरी पकडली होती आणि इथून पुढे ती युकॉनमध्ये व्हाइट हॉर्सला राहणार होती. चिन्मय जमेल तसा, जमेल तेव्हा तिच्याकडे जातयेत राहणार होता.

हे सगळं ताईंकडून आजच्या संभाषणात कळल्यावर ताईपेक्षा अविनाशलाच जड जात होतं, ते सत्य पचवायला. आता चिन्मय आणि नयनाचा 'लाँग डिस्टन्स' संसार कसा चालणार, याची कल्पना करणंदेखील त्याला अवघड वाटत होतं. हा

ताटातुटीचा कठीण प्रसंग स्वत:वरच आल्यासारखा तो वैतागला होता.

"कमी का प्रयत्न केला तिने तिथे नोकरी मिळवायचा?" अनघा म्हणाली, "पहिली दोन वर्षं त्यातच नाही का गेली तिची? पण त्या गावंढ्या गावात एकुलती एक लॅब. तिथेही बाई म्हणून आणि भारतातली डिग्री म्हणून, तिला कुणी तिच्याजोगती नोकरी देईनात. मग काय सुपरमार्केटात नाहीतर होम डेपोत काम करणार होती का एवढी शिकली सवरलेली, भारतात वीस माणसांची लॅब चालवणारी बाई?"

यावर अविनाशने ज्या नजरेने अनघाकडे पाहिलं, त्यात 'तडजोड, नवऱ्यासाठी स्वार्थत्याग, संसारसुख,' वगैरे बऱ्याच न उच्चारलेल्या पण त्याच्या दृष्टीने उघड कल्पना तिला जाणवल्या, पण अनघाने ते पाहूनही न समजल्यासारखं केलं.

"अविनाश, आठवतंय ना तुला, तिच्या विषयाच्या लॅबमध्ये तिला फक्त बाटल्या धुण्याच्या नोकऱ्या मिळत होत्या. 'कॅनेडियन अनुभव नाही.' ही सबब पुढे केली जायची सगळीकडे. घरात बसूनबसून वेड लागायची पाळी. उगाच नाही पोरीला मायग्रेन सुरू झाला. एक तर वाट्टेल ते काम घ्या, नाहीतर स्वत:चे सगळे ट्रॅक्स बदला. एवढे दोनच मार्ग. मग काय करील बिचारी? त्यातल्या त्यात मनासारखी नोकरी मिळेल तिथे गेलीय ती." अनघाने भाचेसुनेची तरफदारी केली.

"पण नोकरीपायी ही आता त्या बर्फाळ युकॉनमध्ये घर करून राहणार आणि चिन्मय पेंटिक्टनमध्ये एकटा तरफडणार! म्हणजे 'दोन ध्रुवांवर दोघे आपण, तू तिकडे अन् मी इकडे.' वेगळंच जर राहायचं होतं, तर मग लग्न कशासाठी केलं?"

"अविनाश, फिरतीच्या नोकरीत असणारे पुरुष वर्षाकाठी कितीतरी महिने फिरत असायचे आणि बायका बिचाऱ्या त्यांच्या परतीच्या वाटेकडे डोळे लावून बसायच्या, तेव्हा हा प्रश्न सुचला होता का तुम्हा पुरुषांना?" अनघाने अविनाशला जरा लागटच प्रश्न केला.

"पुरुषांना बिचाऱ्यांना घरसंसार चालवण्यासाठी मिळेल ती नोकरी घ्यावीच लागायची. पण नयनाचं तसं तर नव्हतं ना? चिन्मयच्या पगारात भागलं असतं की दोघांचं."

"अरे पण, आर्थिक दृष्टीने 'भागणं', म्हणजेच समाधान असतं का? तू तरी असं कसं बोलतोस? माझ्या बुद्धीचं चीज करायला मी शिकवलं पाहिजे, घरात चूलमूल करत बसण्यात अर्थ नाही, हे मला म्हणणारा तूच ना रे? मग नयनाचा कोंडमारा तुला कळू नये का?"

"पण तू काही शिकवण्यापायी घरादाराला वाऱ्यावर नाही सोडलंस. इथेच शोधलीस नोकरी. मुलांना वाढवताना पार्टटाईम, नंतर पूर्ण वेळ असं सगळं जुळवून घेतलंस. तिला नसतं करता आलं तसं?" अविनाशमधला मध्यममार्गी, मध्यमवर्गी माफक सुधारक बोलला.

अनघाला हसू आलं.

"अविनाश, पण तशी ती मिळाली मला, हे भाग्य आपलं! शिकागो आणि पेंटिक्टन यांची तुलना आहे का? आणि माझ्या गणित विषयाला काय, सगळ्याच विद्यापीठात जागा असते. तिचं तसं नाही. शास्त्रज्ञ आहे ती. संशोधन हेच तिचं खरं जग. तिला तशीच लॅब लागते. स्पेशलायझेशन म्हटल्यावर मान आहे, तसेच तोटेही आहेतच."

यावर अविनाश गप्प बसला, पण तरी आज सबंध दिवस तो अस्वस्थच असणार, हे अनघा ओळखून होती. आपला लाडका भाचा चिन्मय, एवढ्या कोडकौतुकाने लग्न झाल्यावरही वेगळा राहणार, सक्तीने ब्रह्मचारी होणार, ही कल्पना अविनाशला कशीशीच वाटत होती. चिन्मयने आपली प्रॅक्टिस सोडून तिच्या नोकरीच्या गावी जावे, हा पर्याय कुणीच विचारात घेत नव्हतं आणि बहीणभावांच्या फोनमध्ये अनघालाही ते सुचवण्यात काही शहाणपणा वाटत नव्हता. कदाचित ते शक्यही नसेल. हा नयनाचा निर्णय किती काळासाठी आणि त्यातून पुढे काय निष्पन्न होणार, तेदेखील अज्ञातच होतं.

लहानपणी ऐकलेलं एक गाणं अनघाला आठवलं, 'विसरशील खास मला दृष्टीआड होता....' असा त्याचा मुखडा होता. अनघाला ते तेव्हादेखील आवडत नसे. कारण नजरेआड झाल्यावर जर तो आपल्याला विसरणार याची खात्री असेल, तर असल्या माणसाशी प्रेम, लग्न कशासाठी करायचं, असा तिला नेहमीच प्रश्न पडायचा. आता मात्र नको असतानादेखील ते जुनं गाणं आठवल्यामुळे गाण्यातल्या पुढच्या ओळीदेखील तिच्या मनात विनाकारण उमटत राहिल्या.

'दृष्टिआड झाल्यावर सृष्टि ही निराळी, व्यवसायहि विविध, विविध विषय भोवताली,' वगैरे वगैरे झाल्यावर शेवटी त्या गाण्यात, 'यापरता दृष्टिआड होऊ नको नाथाऽ' अशी आर्त आळवणीही त्या कुणा सोडून जाणाऱ्या नाथाची केलेली होती. अनघाला वाटलं, 'नयनाच्या निर्णयाच्या वेळी चिन्मय-नयना काय बरं बोलली असतील एकमेकांशी?'

ताईंच्या फोनमुळे अनघा अविनाशइतकी जरी हादरली नाही, तरी नयनाच्या निर्णयाने चमकली निश्चितच होती. पण ती विचार करत होती. चिन्मय आणि नयना यांनी एकमेकांना पसंत केलं होतं आणि ताईंनाही सून पसंत होती, तरी हे लग्न पक्कं ठरवताना नयनाने भरपूर वेळ काढला होता.

नयना खूपच स्वतंत्र होती, कर्तबगार होती. स्वत:च्या लॅबची बसलेली घडी मोडून नयनाने चिन्मयसाठी भारत सोडून कॅनडात यावं का नाही, याबद्दल त्यांची भरपूर खलबतं चाललेली होती लग्नाच्या आधी. शेवटी एकदा बराच ऊहापोह करून नयनाने तो निर्णय घेतला, पण त्याच वेळी ट्रायल म्हणून दोन वर्षं आपण हा प्रयोग

करू, पण जर नीट घडी बसली नाही, तर मग जिथे जुळेल, तिथे मी नोकरी करणार; हे तिने आधीच चिन्मयला सांगितलं होतं. ताईंनाही ते माहीत होतं. नयनाचा निर्णय पटत असो, नसो. पण मॅटर्निटी होम घालून स्वत: जन्मभर डॉक्टरकी करणाऱ्या ताई सुनेला तिच्या आवडीचं काम तिने नवऱ्यापायी सोडून द्यावं, असं कसं म्हणणार होत्या?

तसं पाहिलं तर ताईंच्याही वैवाहिक आयुष्याला एकाकीपणाचं अस्तर होतंच. पण ते परिस्थितीने त्यांच्यावर लादलेलं होतं. चिन्मयचे वडील नट होते, गावोगावी त्यांच्या भूमिका गाजत होत्या. ताई नागपुरात स्थिर होत्या. ते फिरत असत. पण असेच एकदा बाहेरगावी गेले असताना, एका नाटकाचा रात्रीचा प्रयोग आटपून परत येताना, गाडीला अपघात होऊन त्यांच्या जीवन-नाटकाचा पडदा पडला होता.

चिन्मय त्यावेळी फक्त दहा वर्षांचा होता. त्यानंतरही ताईंची डॉक्टरकी निर्वेधपणे चालण्याचं मुख्य कारण म्हणजे त्यांच्या घरात कायम राहिलेल्या त्यांच्या सासूबाई आणि इमानी नोकरचाकर. त्यामुळे चिन्मयचं सगळं काही विनासायास व्यवस्थित झालं होतं. ताईही स्वत:च्या शिक्षणाचं सार्थक करत होत्या. पण अशा सोयी सगळ्यांच्या वाट्याला कशा येणार?

नयना-चिन्मयचा काळ वेगळा, स्थळ वेगळं आणि विचारही वेगळे. एकुलता एक असूनही चिन्मय काही जन्मभर ताईंजवळ राहिला नाही. पण तो निर्णय कुणाला तेवढा जगावेगळा वाटला नव्हता. घराघरातली मुलं त्या काळात शिक्षणापायी, नोकऱ्यांपायी कॅनडा, अमेरिका, ऑस्ट्रेलिया, जिकडे मिळेल तिकडे जातच होती.

स्वत:च्या नोकरीपायी ताईंपासून तर चिन्मय लांब गेलाच होता, पण आता बायको तिच्या नोकरीपायी त्याच्यापासून लांब राहणार होती! नयना आणि चिन्मय या दोघांनी मिळून जरी हा निर्णय घेतला होता, तरी ताईंनाच नव्हे, तर संबंधित सर्वांनाच हे तिप्पट एकलेपण पचवणं जरा जडच जाणार होतं. पण चिन्मय-नयना कॅनडात आणि त्या भारतात, काय चालणार होतं त्यांच्या पसंती-नापसंतीचं? तेव्हा शहाणपणाने 'मिया बिबी राजी,' असं म्हणून त्या स्वस्थ राहिल्या होत्या.

नाहीतरी नयनाच्या निर्णयापायी चिन्मयच्या वाट्याला आलेला एकटेपणा कमी करणं बाकी कुणाच्याच हातात नव्हतं. चिन्मयने बोलावलं असतं, तरी स्वत:च्या मॅटर्निटी होमचा घातलेला पसारा एकाएकी आवरून ताईंना काही त्याच्यासाठी तिकडे जाता आलं नसतंच, पण चिन्मयने त्यांच्याकडून ती अपेक्षाही केली नव्हती.

तो म्हणाला होता, 'आई, तिकडे खायचे प्यायचे माझे हाल होत नाहीत. बऱ्याच गोष्टी बाहेर आयत्या मिळतातच आणि एका माणसाला असं कितीसं लागतं? माझा मी करून खात जाईन. तू नको काळजी करू.'

ताईंनी नुकतंच हे त्याचं बोलणं अविनाश-अनघाला सांगितलं होतं. त्यावर

अविनाशने आठवण काढली होती, की एके काळी याच चिन्मयच्या खाण्यापिण्यात केवढ्या खोडी होत्या! त्याच्या आजीने लहानपणापासून घरात राहून त्याच्या त्या सगळ्या खोडी, हवं-नकोचे लाड कौतुकाने सांभाळलेले होते. पण लग्नानंतर हाच चिन्मय किती बदलला, असं अविनाश आणि ताई या दोघांचं फोनवर एकमत झालं होतं. अनघा त्यावरही गप्पच राहिली होती.

आता विचार करताना अनघाला वाटलं, चिन्मयसारखीच नयनालाही कुणी करून घालणारी आई नाही जवळ. मुळातच आईवेगळी आहे नयना. पण तिच्याबद्दल, तिच्या पोटाचा विचार कुणीच करणार नाही. ती काय, बाईच आहे, हाताने करून खाईलच म्हणणार सगळे. पण नयना बिचारी एकटीच त्या बर्फाळ युकॉनमध्ये राहणार. नवरा लांब, सासू लांब, घरचे कुणी जवळ नाहीत. कामात गुंतल्यावर नसेल लक्षात येत, पण घरी आल्यावर बिचारीला एकलेपण खूपच बोचणार.

अविनाशलाच काय, पण लग्नाच्या पहिल्या पाच वर्षांत आपल्याला तरी आवडलं असतं का इतकं लांब राहायला? फोन आणि इ-मेल म्हणजे काय, दुधाची तहान ताकावर भागवण्यासारखंच. इ-मेलवर नवऱ्याशी भांडता येईल एक वेळ, पण बिलगता येत नाही. की काही चमचमीत केलेलं फोनवरून त्याला खायला घालता येत नाही आणि नव्या गावात, कामात बुडालेल्या या मुलींना मैत्रिणी तरी कितीशा असणार? आपण तिच्याशी जास्तीत जास्त वेळा फोनवर बोलून जवळीक ठेवली पाहिजे. जमलं तर कधीतरी जाऊनही मदत करायला पाहिजे. थोडीफार खाऊची पार्सलं पाठवून द्यायला पाहिजेत.

सबंध दिवस कामात गेला, संध्याकाळी आल्यावर जेवणं उरकल्यावर अनघाने मुंबईला बहिणीला, सुचेताला फोन लावला. सुचेताचा उद्या वाढदिवस म्हणजे शिकागोच्या उद्या. पण तिथे मुंबईत आता तिचा दिवस उजाडला असणार. वाढदिवसाचा पहिला फोन अनघाचा मिळणार, अशी बहिणीबहिणींची कित्येक वर्षांची परंपरा.

फोन केला तर तिथे सुचेताच्या सासऱ्यांना देवाज्ञा झाल्याची बातमी कळली. सुचेताचे सासूसासरे श्रीवर्धनला राहत होते. आजार दुसऱ्यांदा वाढला तेव्हाच साधारण भवितव्याची कल्पना सगळ्यांना आलीच होती. पण ते शांत होते, स्वत:च्याच घरात, बायकोबरोबर निवांत होते. गावातच राहणाऱ्या दोघी मुलीही येऊनजाऊन जवळ होत्या.

चार दिवसांपूर्वीच ते वारले, त्यानंतर सुचेता सदानंदबरोबर गावी गेली होती, पण दोन दिवसातच ती परतली होती स्वत:च्या कामासाठी आणि सदानंद आईसाठी तिथे आणखी थोडा थांबला होता, म्हणजे आजचा सुचेताचा वाढदिवस एकलेपणातच साजरा होणार होता.

अनघाचा फोन एवढाच त्यातला विरंगुळा. बाकी दिवसभर लायब्ररीतलं तिचं

काम. सुचेताला अनघाने आपल्या नणंदेच्या चिमुकल्या घरातल्या नव्या वादळाबद्दल ऐकवलं.

नयनाच्या निर्णयाबद्दल ऐकून सुचेता म्हणाली, "अनघा, तुमच्या ताईंना कठीण जाईल किंवा नाही, हा प्रश्न येत नाही. ज्याने त्याने आपापल्या संसाराचे निर्णय घ्यायचे. नयनाने संसाराच्या सुरुवातीला हा निर्णय घेतला, मी तसलाच निर्णय आता घेऊन टाकलाय. जरा उशिरा शहाणी झाले इतकंच."

"म्हणजे काय म्हणतेस सुची?"

"अगं, दादा वारल्यानंतर सासूबाईंनी सदानंदला म्हटलंच, की आता तू आणि सुचेताने गावी येऊन राहावं त्यांच्याजवळ म्हणजे दादांच्या घराची काळजी घेणारी हक्काची माणसं होतील. बघ हं कसं ते! सुधा-शांता तशा त्यांच्या घराजवळच आपापल्या संसारात आहेत आणि धाकटे दोघे दीरही आपापल्या घरी वेगळे राहत असताना त्यांना नाही म्हटलं. पण सदानंद मोठा मुलगा म्हणून फक्त आमच्याकडून ही अपेक्षा. गाव कोकणात. ते जुनाट घर. गडीमाणसांची चणचण. तरी सासूबाईंना ते सोडवत नाही. पण आता इतकी वर्षं मी मुंबईत स्वतंत्रपणाने राहिल्यावर, सीनियर लायब्ररियन म्हणून इतकी वर्षं काम केल्यावर, रिटायरमेंटला सात-आठ वर्षं बाकी असताना, मी मात्र ते सगळं सोडून देऊन त्यांच्या घरी त्यांच्या हाताखाली पुढची कित्येक वर्षं नुसती सूनबाई म्हणून निरर्थक काढायची का?"

"सदानंद काय म्हणाला गं?" अनघाने विचारलं.

"तो काय म्हणणारेय? तो न बोलून शहाणा आहे. मीच त्याला नंतर सांगितलं, की बाबारे, तुझी आई आहे. तिच्या इच्छेखातर तू तुझा व्यवसाय गुंडाळून तिथे जाऊन राहणार असलास, तर जा बापडा. मी काही तुझ्यामध्ये येत नाही. पण मला माझं काम सोडून यायचं नाही. मी इथे राहते, तू राहा जाऊन श्रीवर्धनला. सुट्ट्या मिळाल्या तर येत जाऊ आपण एकमेकांच्याकडे. काय हरकत आहे?"

"धन्य तुझी सुची! असं म्हणालीस तू?"

"अगं, आता या वयात तो आईजवळ आणि मी इथे राहिले, तरी काय मोठा थोरला फरक पडणार आहे? नाहीतरी सटीसामाशी भेटीगाठी होतील, त्यात जरा मजा येईल. एरवी आपापल्या कामांना नीट वेळ तरी मिळत जाईल. घरात एकत्र राहून तरी काय रोज कबुतरांसारखं गुटर्रगुं करतो का आपण? आणि लांब राहूनही नातीगोती घट्ट असली तर ती टिकणारच की!"

सुचेताने तिच्या परखड पद्धतीने गणित मांडून अनघाला ऐकवलं.

ताईंशी फोनवर बोलल्यावर आलेली अस्वस्थता सुचेताच्या फोनमुळे बरीचशी निवळली. नयना नवी क्षितिजं धुंडाळीत पुढे जाताना नवऱ्यापासून लांब राहणार होती, सुचेता नवऱ्याला हवं तिथे जाऊ द्यायला राजी होती, पण स्वत:चं मिळवलेलं स्थान

सोडायला तयार नव्हती.

नवऱ्यामागे त्याच्या नोकरीच्या गावोगावी जात राहणारी आणि नवरा, मुलं यांच्याशी जन्मभर तडजोडी करत आलेली अनघा मनाशी म्हणाली, 'जेनुं काम तेनुं थाय! आपण तसं केलं नसलं, तरी त्या का करताहेत, हे आपल्याला समजतंय ना? मग झालं तर. आपण आपलं आपल्या परीने सगळ्यांना मदत करत जायचं. आपल्या पोरांना पार्सलं पाठवतोच, आता त्यात चिन्मय आणि नयनाचीही पार्सलं पाठवायची म्हणजे झालं.'

✳

पंछीऽ काहे होत उदास?

"काल मी शरूताईंना कुठे पाहिलं सांग?"

"कुठे गं?"

"यू वुडन्ट बिलीव्हिट... संध्याकाळच्या त्या फिरायला म्हणून जातात माहितीय ना? काल संध्याकाळी माझ्या गार्डन क्लबच्या मीटिंगमधून मी घरी येत होते. पार्कजवळच्या चौकात लाल दिव्यापाशी थांबले तर दुसऱ्या बाजूच्या साइडवॉकशी त्या खाली वाकलेल्या दिसल्या. काय करत होत्या सांग? आय विल गिव्ह यू थ्री चान्सेस, यूविल नेव्हर गेस."

"बुटांच्या सुटलेल्या लेसेस बांधत होत्या?"

"छे! ट्राय अगेन."

"रस्त्यावर पडलेला स्वत:चा हातरुमाल उचलत होत्या?"

"नंदिनीऽ, शी वॉज पिकिंगप अ बीअर कॅन!" तिला तिसरा चान्स न देताच शैलाने सुनावलं.

"चल गंऽ काही तरी काय उगाच?" नंदिनीने मैत्रिणीला फोनवरच झटकलं.

वृंदाच्या सासूबाई शरूताई तिला चांगल्याच माहीत होत्या, 'काही झालं तरी रस्त्याच्या कडेला पडलेला घाणेरडा बीअरचा कॅन त्या कशाला उचलायला जातील? चांगल्या सभ्य, सुसंस्कृत घरात, स्वत:च्या सासूबाईंचं सोवळ्याओवळ्याचं तंत्र सांभाळीत संसार केलेली बाई सुनेकडे कॅनडात येऊन राहिली, नवऱ्यामागे एकाकी झाली, म्हणून काय रस्त्यावरच्या बीअर कॅनला हात लावील? ही शैला म्हणजे काय

वाट्टेल ते बोलतेय.'

"नंदिनी, आय स्वेअर. मी तुला खोटं सांगत नाहीय. त्यांनी खाली वाकून तो कॅन उचलला, त्यातली बीअर रस्त्यावर ओतून दिली आणि तो कॅन दोन-तीनदा झटकून आपल्या खांद्यावरच्या शबनम बॅगमध्ये टाकला आणि त्यानंतर त्या काहीच न झाल्यासारख्या सरळ रस्त्यावरून पुढे चालायला लागल्या. आय टेल यू, शी हॅज गॉन बाँकर्स. पुअर वृंदा."

"तू वृंदाशी बोललीस याच्याबद्दल शैला?"

"नाही गं, तेवढ्यासाठीच तर तुला फोन केला. काय करू सांग. कसं सांगू मी हे वृंदाला?"

"शैला, त्या दोघींच्यामध्ये ताण आहेतच, त्यात आपल्याला जाताजाता दिसलेली असली चमत्कारिक गोष्ट मुद्दाम कशाला सांगायची? आगीत तेल घातल्यासारखं होईल ते. त्यापेक्षा थोडे दिवस थांब. मी जरा शोध घेते नेमकं काय चाललंय त्याचा अँड आयविल गेट बॅक टू यू. प्रॉमिस!"

शैला आणि वृंदा एकाच बँकेत काम करत. त्या दोघींचं तसं चांगलं मेतकूट होतं. सासूबाईंच्याबद्दल सर्व तक्रारी वृंदा लंचअवरमध्ये शैलाला ऐकवायची. नंदिनी त्या दोघींचीही बँकेबाहेरची मैत्रीण आणि दोघींहून मोठी, म्हणून ती थोडी वेगळी पडायची. पण नंदिनी कॅनडात अनेक वर्षं आधीपासून आलेली होती आणि इथल्या व्यवस्थेची जाणकार, माहीतगार होती, म्हणून तिच्या शब्दाला त्या दोघीही मान देत. वृंदाच्या सासूबाई अलीकडे विचित्र वागायला लागल्या आहेत, सकाळसांज एकट्याच फिरायला जातात, घरात कुणी पाहुणे आले, तरी त्यांच्यासमोर बसल्यावरदेखील कुठल्याकुठे नजर लावून तंद्रीत बसतात, रस्त्यावरून फिरताना स्वत:शीच हातवारे करत बोलतात, असं गेल्या दोन-तीन खेपांना शैलाने नंदिनीच्या कानावर घातलं होतं.

नंदिनीने ते ऐकूनही फारसं काही मनावर घेतलं नव्हतं. पण आता वृंदाला घरात त्यांच्याशी सांभाळून घेणं किती कठीण होतंय, त्याबद्दल शैला सहानुभूतीने नंदिनीला एकेक गोष्ट ऐकवत होती.

"वृंदा म्हणून एवढं सगळं सोसतेय हो, अमेरिकन सून असती, तर केव्हाच वृद्धाश्रमात टाकून मोकळी झाली असती." असा निष्कर्ष काढून शैलाने फोन संपवला.

शैलाने वृंदाच्या सासूबाईंच्यावर वेडेपणाचा शिक्का मारून टाकला, तरी नंदिनीला तितक्या झटकन तो मान्य करवेना. शैलाचा फोन संपल्यावर ती डिशवॉशर रिकामा करताकरता विचार करत राहिली.

वृंदाच्या सासूबाई इकडे कायम राहायला आल्या त्याला आता बरीच वर्षं झाली

होती. इतके दिवस सासूसासरे दोघेही होते घरात आणि एकमेकांची एकमेकांना चांगली सोबत होती. पण अलीकडेच वर्षापूर्वी कॅन्सरच्या दुखण्याने सासरे गेले. अर्थात कॅन्सर म्हणून सांगितलं नव्हतं कुणालाही वृंदाच्या नवऱ्याने. त्यांना गुपित ठेवण्याची काय हौस होती कुणास ठाऊक. पण 'एकाएकी गेले, काहीसुद्धा दुखणं नव्हतं, एकदम कळ आली आणि गेलेच.' वगैरे माहिती समाचाराला गेलेल्यांना कळली होती.

नंदिनी आणि जयवंतला पण तीच रेकॉर्ड ऐकायला मिळाली होती भेटायला गेल्यावर. नंदिनीने गुपचूप ऐकून घेतलं होतं. नंदिनीची फिलिपिनो मैत्रीण जोनी ज्या हॉस्पिटलमध्ये काम करायची, तिथेच वृंदाचे सासरे कीमोथेरपीला जायचे. त्यामुळे नंदिनीला मधूनमधून जोनीकडून बरंच कळत असे. पण सगळी माहिती असूनही वृंदा किंवा वीरेशला नंदिनीने तसं जाणवू दिलेलं नव्हतं. वाटतो कुणाकुणाला बाऊ असल्या रोगांचा. आपल्या घरात कुणी कॅन्सरने आजारी आहे म्हणण्यामध्ये आपल्यालाच काहीतरी लांछन आहे, कमीपणा आहे, असं वाटत असावं कदाचित.

वृंदाच्या सासूबाई– शरूताईदेखील तिच्याशी पुष्कळच मोकळेपणाने बोलत. वीरेश-वृंदाच्या संसारात त्या येऊन राहिल्यापासून नंदिनीचं घर त्यांना सर्वांत जवळचं वाटायचं, दोन रस्ते पलीकडे का असेना, पण विल्यम्स लेकमध्ये त्या दोन्ही कुटुंबांचा गेल्या दहा-बारा वर्षांचा शेजार होता.

वीरेश आणि जयवंत स्क्वॉश खेळायला एकत्र जात. वृंदा आणि शरूताई यांच्या मधल्याच पिढीतली नंदिनी होती आणि म्हणून शरूताईंना ती आपल्या अवखळ, अति फॅशनेबल धाकट्या सुनेपेक्षा अधिक जवळची वाटायची. त्यांच्या मोठ्या मुलाची बायको अमेरिकन होती आणि त्या घरातही सगळं अमेरिकनच वातावरण होतं. त्यामुळे तिच्याकडे जाऊन थोड्याच दिवसात शरूताई आणि यजमान जे परतले, ते परत तिथे गेलेच नाहीत, वीरेशकडेच राहिले.

आपल्या म्हातारपणाचा भार एकट्या वीरेशवर आपण घातला, याबद्दल शरूताईंना नेहमीच कानकोंडं वाटायचं. आपल्या परीने घरातली कामं करून तो ताण कमी करायचा त्या प्रयत्न करत असत. पण भारतातल्या त्यांच्या संवयींना या उतारवयात इथल्या पद्धतींशी जुळवून घेणं फार कठीण व्हायचं. वृंदा-वीरेशच्या संसारात एकूणच उधळमाधळ भरपूर चालते, असं त्यांना वाटायचं आणि मधूनमधून ही कुरकूरही नंदिनीच्या कानावर यायची.

"अगं, इथली तऱ्हाच काहीतरी वेगळी आहे, सारखं आपलं हे फेक, ते कचऱ्यात टाक. बघवत नाही गं मला. पण मी काही म्हटलं, तर दोघेही मला वेड्यात काढतात. मी आपली आता 'आळी मिळी गुप चिळी' धरून असते. बाजारातून हे सॉस आण, ते पिकल आण आणि त्या बाटल्या सगळ्या आपल्या

फेकून द्यायच्या. दह्याचे, क्रीम चीजचे चांगलेचांगले प्लास्टिकचे डबे आणायचे आणि तेपण कचऱ्यात टाकायचे. दर सीझनला वेगळीवेगळी हँगिंग बास्केटं आणायची भरपूर फुलाच्या रोपट्यांनी भरून आणि सीझन संपला की, तीपण फेकून द्यायची. अगं, घरातले चांगले काचेचे मगदेखील परवा तिने फेकून दिले, का तर म्हणे फार दिवस राहिले आणि फुटतदेखील नाहीत, बघूनबघून कंटाळा आला. आता सांग, उद्या म्हाताऱ्या माणसांबद्दलही असंच वाटलं तर काय करायचं गं?''

वृंदाला वाचनात अजिबात रस नव्हता. इंडियन ग्रोसरी शॉपमध्ये मिळणाऱ्या स्टारडस्ट, फेमिना, नाहीतर टी.व्ही. गाइड आणि हार्लेक्विन रोमान्सेसपलीकडे तिच्या वाचनाची धाव जात नसे. शरूताईंची बौद्धिक उपासमार पाहून एक दिवस नंदिनीच शरूताईंना शेजारच्या लायब्ररीत घेऊन गेली होती आणि तिने त्यांना मेंबरशिपचं कार्ड, जे फुकटातच मिळायचं, ते स्वत: काढून दिलं होतं. त्यामुळे तिचा त्यांना खूपच आधार वाटायचा.

नंदिनीला विणता यायचं नाही, भरतकामाचा पेशन्सही तिला नव्हता. पण शरूताईंच्या अंगातल्या त्या कलांचं मात्र तिला खरं कौतुक होतं. ती मधूनमधून त्यांना लायब्ररीत त्यांच्या आवडीच्या विषयांवरची पुस्तकं कुठे असतात, तेही दाखवायची. त्यांनी भरलेल्या उशांच्या अभ्र्यांचं मनापासून कौतुकही करायची.

वृंदा बँकेत नोकरीला होती. स्वत: पैसे मिळवणं आणि त्या पैशांचा संपूर्ण विनियोग स्वत:साठी करणं, यात तिला भलताच आनंद वाटायचा. बाहेर पैशांसाठी काम न करणाऱ्या बायांबद्दल वृंदाला तुच्छता वाटायची आणि ती ते या ना त्या निमित्ताने केव्हाही सगळ्यांना ऐकवायचीही. 'अपना हाथ जगन्नाथ ।' हे तिचं आवडतं वाक्य होतं.

''कसं बाई तुम्हाला घरी नुसतं बसवतं? मला तर बोअर होतं एखादा दिवस घरी राहायला लागलं तरी.''

शरूताईंना नुकताच फ्लू होऊन गेला होता आणि वृंदाला एक-दोन दिवस कॅज्युअल टाकाव्या लागल्या होत्या, तेव्हा भेटायला आलेल्या नंदिनीला तिने हे ऐकवलं होतं.

डोळे झाकून पडलेल्या शरूताईंकडे नंदिनीने सहेतुक बघितलं होतं, पण वृंदा बोलतच होती, ''आणि नवऱ्याच्या जिवावर का म्हणून जगायचं आपण? मी इथे आल्याआल्या नोकरी धरली. आता मी माझ्या पैशांनी माझं सगळं ग्रुमिंग करते.''

आधी नवऱ्याच्या आणि आता वीरेशसारख्या मुलाच्या जीवावर जगणाऱ्या शरूताईंना आपल्या बोलण्याने काय वाटेल, याचा पोच वृंदाला नव्हता. येताजाता फॅशनेबल कपडे, कॉस्मॅटिक्स, शूज यांचं शॉपिंग करणं आणि वेळोवेळी शैलाबरोबर हिंदी सिनेमांच्या राजा थिएटरमध्ये जाऊन ते शो पाहणं, यापलीकडे तिला फारसा

कशात रसही नव्हता. दर सीझनला नव्या फॅशन्सचे कपडे खरेदी करताना जुने कपडे चक्क गार्बेजमध्ये टाकून द्यायची. हे कळलं तेव्हा नंदिनीला भलतंच आश्चर्य वाटलं होतं.

"अगं पण वृंदा, इतक्या चॅरिटेबल संस्था तुमचे जुने कपडे न्यायला उत्सुक असतात. इतके बेकार, गरीब लोक ते वापरायला तयार असतात, तर त्यांना का नाही देऊन टाकायचे कपडे? कॅनेडियन डायबिटिसची ट्रक तुमच्या घरापर्यंत येऊन घेऊन जाईल तुझे कपडे. त्यांचे फोन तर येतच असतात की गं सतत. चक्क गार्बेजमध्ये टाकायचे म्हणजे वेस्ट नाही का होत?"

न राहवून तिने विचारल्यावर वृंदा मान उडवत म्हणाली, "फोन येतात गंऽ पण कोण ते कपडे पिशवीत भरणार आणि नेमक्या त्या दिवशी कामावर जाण्याआधी आठवणीनं दरवाजावर ठेवायची कटकट करत बसणार? त्यापेक्षा नको झाले, की फेकले. काम खतम!"

मनात उसळून आलेला सात्त्विक संताप बाजूला ठेवून नंदिनीने वृंदाला त्यावर गोड शब्दांत सांगितलं, "हे बघ वृंदा, डू मी अ फेवर. मी हे एक रिकामं खोकं तुला देते. नको असलेले कपडे यात टाकत जा. खोकं भरलं, की फक्त मला फोन कर. तोही नाही जमला तर शरूताई करतील मला फोन. मी येऊन घेऊन जाईन सगळे आणि चॅरिटेबल संस्थांना देऊन वरती तुझ्या नावाची पावती आणून तुला देईनही. पण फेकू नकोस बाई."

नंदिनीसाठी म्हणून वृंदाने तेवढा स्वार्थत्याग करणं मान्य केलं होतं. जवळच बसून धुतलेल्या कपड्यांच्या घड्या घालणाऱ्या शरूताईंचा वृंदाच्या नकळत एक निःश्वास निसटला होता आणि तो फक्त नंदिनीला जाणवला होता.

वृंदाचं 'कसं बाई तुम्हाला घरी बसवतं?' नंदिनीला मुळीच लागत नसे. नंदिनी कायम पोहणं, मैत्रिणींबरोबर हायकिंग करायला जाणं वगैरे करत असायची. जयवंत रिअल इस्टेटमध्ये भरपूर मिळवत होता आणि नंदिनीच्या अर्ध्या वचनात होता. नंदिनीला नोकरी करायची आर्थिक गरज तर नव्हतीच, पण तशी खास ओढही नव्हती. ती आपली स्वतःचे पेंटिंग, फोटोग्राफीसारखे छंद जोपासत, आरामात राहायची.

वीरेशचे बाबा वारल्यापासून शरूताई बऱ्याच एकट्या पडल्या होत्या. त्यांच्या वयाच्या फारशा बायका जवळपास नव्हत्या आणि बाकी ज्या बायका घरी राहणाऱ्या होत्या, त्या शाळकरी मुलांच्या दिवसभराच्या ने-आणीत गुंतलेल्या असायच्या. नंदिनीचा स्टूडिओ मात्र तिच्या घरातच होता आणि तिच्या कामाच्या वेळाही तिच्या हातातल्या होत्या. त्यामुळे शरूताईंच्या बरोबर मधूनमधून गप्पा मारायला नंदिनी जायची. कधीकधी दुपारचं खाणं एकत्र खायला त्यांनाही बोलावून घेऊन यायची.

आजही ती त्यांना दुपारची घेऊन आली आणि जेवणानंतर कॉफीचा कप हातात देऊन गप्पा मारतामारता म्हणाली, "शरूताई, अलीकडे फिरायला जाताय ना नेमानं?"

"हो अगं, फिरणं बंदच झालं होतं काही दिवस माझं. हे गेल्यावर एकटीने कुठं जावंसंच वाटेना, पण मग गुडघे दुखायला लागले बघ माझे. मग मी म्हटलं, हे काही खरं नाही. इकडे येऊन मी जर पांगळी होऊन पडले, तर पोरांना नसता त्रास, म्हणून मग एकटीनेच रोज फिरायला जाणं सुरू केलं." शरूताईंनी नंदिनीला अनेकदा सांगितलेलंच पुन्हा कौतुकाने सांगितलं.

"चांगलं केलंत. कुठे जाता फिरायला?" नंदिनी हळूच चाचपत होती.

"अगं, सकाळी लवकर जाग येते, तेव्हा ब्रेकफास्टचं सगळ्यांचं मांडून ठेवते, दाराबाहेर आलेलं वर्तमानपत्र आत आणून ठेवते आणि सरळ एक चक्कर शेजारच्या शाळेच्या ग्राऊंडभोवती मारून येते. मग दिवसभर घरात काही ना काही करण्यात जातो आणि संध्याकाळची पुन्हा एकदा आठ वाजता चक्कर मारायला जाऊन येते. त्यावेळी या आपल्या पार्कभोवती, जवळपासच्या रस्त्यांवरनंच फिरते आपली. अलीकडे उजेडही चांगला नऊ-साडेनऊपर्यंत असतो आणि या घरांचीपण जाग असते, म्हणून एकटीला फिरायला जायला काही त्रास वाटत नाही."

"अरे वाऽ ! दोनदा जाता फिरायला? छान आहे की!" नंदिनीने म्हटलं, तसं शरूताई म्हणाल्या, "अगं, घरात मला करायला फारसा उद्योग नसतो गं. वृंदाचा स्वयंपाक म्हणजे सगळा घरी आल्यावर दोघांच्या सोयीने हवे ते कॅन्स उघडून नाहीतर पिझ्झा वगैरे असला झटपट असतो. डिशवॉशर, मायक्रोवेव्ह या सगळ्यांत मला करायला फारसं राहत नाही. पुन्हा मी ठेंगणी. हिच्या कपाटातली उंच शेल्फं सगळी माझ्या हाताबाहेर. त्या डिशवॉशरमधून धुवून बाहेर निघालेली भांडीबिंडीदेखील मला जागच्या जागी घालता येत नाहीत. वीरेश बिचारा जमतं तेव्हा घरातल्या साफसफाईला मदत करतो. नातवंडं असती, तर तसा तरी वेळ गेला असता. पण या दोघांच्या संसारात माझा उपयोग फारसा नाहीच, बंधन मात्र आहे माझं एक त्यांना."

"बंधन कसलं म्हणता शरूताई? आईचं बंधन म्हणायचं का?" नंदिनी म्हणाली.

"अगं, वयस्कर माणूस झालं, की त्याचं बंधनच होतं बाई. माझ्यामुळे त्या दोघांना कुठे ट्रिपा काढता येत नाहीत, मजा करायला जाता येत नाही. मला घेऊन गेले, तर माझ्या थंड गतीने त्यांना हवं तसं सगळं बघून होत नाही आणि ठेवून गेले, तर घरात काही अडलंनडलं तर मला काय समजणार? म्हणून तसेही जात नाहीत. मग धुसपूस होतेच थोडीशी."

"अहो, पण मी आहे ना इथे तुमच्या सोबतीला आणि मदतीला. खुशाल जाऊ देत त्यांना कुठे जायचंय तिथे. मी रोज येत जाईन तुमच्या चौकशीला. थांबा, आज

सांगतेच मी वृंदाला तसं.''

''नंदिनी, ओघाओघानं विषय काढून सांग हो, माझ्याकडून कळलं असं म्हणू नकोस. नाहीतर पुन्हा तोंड फुगेल.''

''नाही. अहो, मी अगदी सहजपणाने सांगेन पहा त्यांना. मुळीच ताकास तूर लागू द्यायची नाही. मग तर झालं?''

''हां, मग हरकत नाही. अगं काय सांगू, मला रात्री उशिरापर्यंत झोप लागत नाही. त्यावेळी टी.व्ही. लावून बसले, तर त्या आवाजाने या दोघांना झोपता येत नाही. कारण मला टी.व्ही. मोठ्याने लावायला लागतो. मग मी आपली माझ्याच खोलीत वाचत पडते. पण माझ्या खोलीतल्या दिव्यानेदेखील वृंदाला झोपता येत नाही म्हणे. तेव्हा मी आता वाचनदेखील बंद करून टाकलं रात्रीचं. नुसतीच पडून राहते बिछान्यावर. पुन्हा सकाळी लवकर जाग आली, तरी घरात खुडबूड केली, की त्यांना विनाकारण त्रास, म्हणून सकाळची फिरायलाच जाऊन येते आपली तासभर.''

''माणसं असतात ना तेव्हा फिरणारी?'' नंदिनीने विचारलं.

''हो असतात ना, बहुतेक सगळे म्हातारे. काही म्हाताऱ्या माझ्यासारख्या. बरेचसे चिनी असतात बघ. ते फिरतात जोराजोरात हात हालवत आणि एकीकडे उभे राहून गोलगोल हातपाय नाचवत तो कसलासा व्यायामही करतात त्यांचा. सगळ्यांना माझ्यासारखी सकाळची लवकर जाग येत असणार गं.''

''पण कुत्री घोटाळत असणार ना सकाळची?'' नंदिनीला कुत्र्यांची भीती वाटायची, म्हणून ती कधीही सकाळच्या वेळी फिरायला जात नसे.

''हो! असतात ना. पण माहितीये का, अलीकडे ते कुत्र्यांचे मालक हातात प्लास्टिकची पिशवी घेऊन फिरतात हो.''

''का बरं?''

''अगंऽ, कुत्र्याने शी केली, की मालकाने वाकून, लागलीच ती उचलून प्लास्टिकच्या पिशवीत घालायची आणि घरी नेऊन स्वत:च्या कचऱ्यात टाकायची, रस्त्यावर पडू द्यायची नाही, असा नियम झालाय ना आता? म्हणून हो.''

नंदिनी हसायला लागली. त्या नियमाबद्दल तिने वृत्तपत्रातून वाचलं होतं, पण शरूताईंचं वर्णन ग्राफिक होतं, म्हणून तिला हसू आलं.

''हसतेस काय? मीही पिशवी लटकावते हो खांद्याला एक.''

''तुम्ही? पण कशाला? तुमच्याकडे तर कुत्रा नाहीये.''

''कुत्रा नाही, म्हणून काही वाट्याला भुंकणं येत नाही, असं नाही.'' शरूताई कोड्यात बोलल्या. नंदिनीने नुसतंच भुवया उंचावून त्यांच्याकडे पाहिलं. शरूताईंचा चेहरा आक्रसला.

''नंदिनी, तू कुठे बोलणार नाहीस म्हणून तुला सांगते. मी अलीकडे कॅन्स गोळा

करते रस्त्यावरचे.''

''काय सांगता काय शरूताई? उगाच कुठेतरी त्या कॅन्सची धार हाताला लागली तर चुकून नसती दुखणी गळ्यात पडतील हो.'' नंदिनी घाबऱ्याघाबऱ्या म्हणाली.

''अगं, तशी काळजी घेते गं मी, काचाबिचा दिसल्या तर नाही उचलत.''

''आणि कशासाठी उचलता कॅन्स?'' त्यांनीच विषय काढल्यामुळे नंदिनीने चौकशी केली.

''अगं, ते मॉलमध्ये नवं दुकान उघडलंय की नाही? 'रिटर्निट' नावाचं? तिथे की नाही, सगळ्या प्रकारचे कॅन्स आणि रिकाम्या बाटल्या परत घेतात. कोकच्या, सॉफ्ट ड्रिंकच्या बाटल्यांना, कॅन्सना पाच-पाच सेंट मिळतात आणि शेजारच्या लिकरस्टोअरमध्ये बीअरच्या कॅन्सना दहा सेंट मिळतात चक्क.''

''शरूताई, मला माहितीये ते. पण तुम्हाला त्याची काय गरज पडलीय?''

''अगं, पिशवीभर कॅन्स जमा झाले, की एक दिवस जाऊन कॅन्स देऊन पैसे घेऊन येणारे मी नग्गद.''

''पण का शरूताई? तुमचं ओल्डेज पेन्शन येतच असेल ना? ते नाही का मिळत तुम्हाला?''

''ते काय माझं हक्काचं थोडंच आहे? तुमच्या इथल्या सरकारने माझ्या उतारवयासाठी मला दिलेली भिक्षा आहे ती. पण ती मिळवण्यासाठी मी या देशाला कुठे काय दिलंय? माझ्या नावाने आलेला चेक वृंदा उचलते आणि बँकेत तिच्या अन् माझ्या नावच्या खात्यात जमा करून टाकते. मीच सांगितलं तिला तसं करायला. कारण पुढेमागे आजारी पडलेच, तर माझा जो काही खर्च या दोघांच्या गळ्यात पडणार, त्याच्यासाठी राहू देत म्हटलं ते पैसे.''

शरूताईंच्या बोलण्यात वेडाचा वासही नव्हता. होतं ते चांगलं डोळस शहाणपण. तरी नंदिनीने नेटाने पुढचा प्रश्न विचारला, ''अहो, पण वीरेशही देतच असेल ना काही तुमच्या खर्चासाठी म्हणून?''

''वीरेश आणि वृंदा की नाही, थोडेसे पैसे ठेवतात घरात फार्म मार्केटवरच्या फळं-भाजी वगैरेसाठी. पण बाकी सगळं त्या क्रेडिट कार्डावरतीच तर भागतं त्यांचं. पुरुषांना फारसं मानापमानाचं समजत नाही गं. मला म्हणतो, 'आई, तुला काही लागलं तर मला सांगत जा.' पण मी कशाला गं सांगेन? आहे की भरपूर सगळं घरात आणि मला कशाला काय लागतंय गं?''

''अहो, पण मग ते कॅन्स कशासाठी?'' नंदिनीला मुळीच समजेना.

''अगं, महिन्यापूर्वी तो मेला फ्लावरपॉट फुटला ना माझ्या हातून? त्याचं केवढं चंदन उगाळलं तिनं म्हणून सांगू? सगळ्या मैत्रिणींना सांगून झालं. त्यातल्याच

कुणीतरी तिला वाढदिवसाला दिला होता वाटतं. ठेवलेली फुलं सुकायला आलेली दिसली, म्हणून मी त्यांचे देठ कापून पाणी बदलून ठेवणार होते, पण पाण्याखाली तो सुळसुळीत झाला, अन् सुटलाच बघ माझ्या हातातून. ठिकऱ्या झाल्या. नगापरी नग गेला अन् वर किचनची जमीन साफ करायचा आणिक एक उद्योग झाला, पण गेला महिनाभर मधूनमधून सारखं ऐकतेय मी, 'किती आवडता फ्लावरपॉट होता, कसा जपून वापरायची मी, किती गार्डनक्लबच्या स्पर्धांमध्ये त्याला बक्षिसं मिळालेली आणि काय अन् काय.' ऐकून ऐकून अश्शी विटले, की शेवटी ठरवलं मी की, स्वत:च्या श्रमाच्या पैशांनी एकदाचा तस्सा दुसरा फ्लावरपॉट आणून घरात ठेवायचा, म्हणून उचलते हो कॅन्स.''

शरूताईंनी हलकेच डोळ्यांच्या कडा पुसल्या.

नंदिनी अवाक झाली. या गतीने शरूताईंना त्या फ्लॉवरपॉटचे पैसे जमवायला किती कॅन्स उचलायला लागतील, याचा तिच्या डोक्यात हिशेब सुरू झाला. त्या कल्पनेनेच ती कळवळली.

कॉफीचे कप्स ठेवायच्या निमित्ताने आत सिंकपाशी जाऊन तिने हळूच डोळे पुसले आणि काहीतरी एका निश्चयाने बाहेर येऊन शरूताईंना म्हटलं, ''शरूताई, तुम्हाला विणणं उत्तम येतं, नाही का?''

''हो, येतं की. पण इथे कुणाला त्याचा काऽय उपयोग आहे सांग.''

''तेच सांगतेय. आपल्या सीनियर्स सेंटरमध्ये विणण्याचे क्लासेस सुरू करणार आहेत आणि त्यासाठी चांगल्या इंस्ट्रक्टरची गरज आहे, असं परवाच माझ्या कानावर आलं. सेंटरची मुख्य बाई जयवंतची क्लायंट आहे. तर आठवड्यातून दोन संध्याकाळी तुम्ही विणण्याचे क्लासेस घ्यायला तयार आहात का?''

शरूताई चकित होऊन नुसत्या पाहत राहिल्या.

नंदिनीच पुढे सांगत राहिली, ''क्लासला लागणारी लोकर इथले दुकानदार फुकटात पुरवतात. कारण त्यांची जाहिरात होते त्यात आणि सुया जिच्या तिने घेऊन यायच्या. पहा, बऱ्यापैकी पैसे हातात पडतील. शिवाय घराजवळच काम. फार लांबही जायला नको.''

''अगं, पण इंग्रजीमधून समजावून सांगण्याचं कसं काय जुळायचं ते?''

''शरूताई, असल्या क्लासला येणाऱ्या सर्व बायकांना मुळात इंग्लिश फार चांगलं येतं, असं समजू नका. इथे आलेल्या जगभरच्या इमिग्रंट लोकांच्या घरातल्या बायका येणार. मोडक्यातोडक्या इंग्लिशची कुणालाच लाज वाटणार नाही. शिवाय लायब्ररीतली पुस्तकं आहेतच शब्द शोधायला.''

शरूताई विचारात पडल्या. नंदिनीचा प्रस्ताव विचार करण्याजोगा तर नक्कीच होता. पण जमेल का हे आपल्याला?

नंदिनीने त्याला पुस्ती जोडली, ''बघूनबघून बायका शिकतात. तुम्ही नुसतं करून दाखवत चला. मी दुभाषाचं काम करीन, निदान सुरुवातीला तरी. थोड्या दिवसांनी तुम्हाला सवय झाली, की तुम्ही नक्की शिकवाल स्वत:च सगळ्यांना व्यवस्थित. तुमच्या हातात तऱ्हेतऱ्हेचे पॅटर्न्स बसलेले आहेत. ते सगळे शिकवायला तुम्हाला बिगिनर्स आणि ॲडव्हान्स्ड असे दोन क्लासेस घेता येतील. कराल का?''

शरूताईंचे डोळे पुन्हा भरून आले. या मुलीने सांगितलेलं ऐकलं तर त्यांच्या स्वावलंबनाला दिशा आणि मानही मिळणार होता. डिवचल्यामुळे जाग्या झालेल्या त्यांच्या आत्मसन्मानाला उगाच खाली वाकावं लागणार नव्हतं. पैसे हातात येताच येत्या हिवाळ्यासाठी नंदिनीला पहिला स्वेटर करून द्यायचा, असं शरूताईंनी मनातल्या मनात पक्कं केलं आणि नंदिनीच्या प्रस्तावाला भरल्या डोळ्यांनीच हसून मान डोलावली.

*

एक धागा

दोन तास हरवलेल्या मनाने, निरुद्देश पायपीट करून झाल्यावर जॉइस थकून गेली आणि दिसलं त्या पहिल्या कॉफीहाऊसमध्ये शिरून मिळाली त्या पहिल्या खुर्चीवर टेकली. सकाळच्या फोनवर कझिन ॲलिसकडून सहजच डॅडबद्दलची बातमी कळल्यावर तिला काय करू आणि काय नाही, ते सुचत नव्हतं. सगळ्याचाच संताप यायला लागला होता.

कशातच काही अर्थ नाही, असं वाटायला लागलं होतं.

'असं करवतं तरी कसं या लोकांना? आधी कळवणं नाही, विचारणं नाही, सल्ला घेणं तर नाहीच. सरळ उचलून ओल्ड फोक्स होममध्ये टाकलं आणि आता मला कळतंय, की गेले सहा आठवडे डॅड तिथे आहे. तेदेखील व्हेकेशन ट्रिपवरून आल्याआल्या मी आज सकाळी फोन केला म्हणून मला कळलं. नाहीतर आणखी किती दिवस न कळता गेले असते कुणास ठाऊक?'

जवळ आलेल्या वेट्रेसला जी तोंडाला आली ती लंचची ऑर्डर देऊन झाल्यावर पुन्हा एकदा जॉइस आपल्या विचारात बुडाली.

'या जगात नात्यांना काहीच का अर्थ नाही? मग माणसं लग्न कशाला करतात? पोराबाळांना जन्म तरी कशाला देतात? मॉम आणि डॅडच्या लग्नाचा शेवट तसा झाला आणि आता गार्बेज उचलून घराबाहेर नेऊन टाकावं, तसं आंटीने डॅडला ओल्ड फोक्स होममध्ये नेऊन टाकलं. मी, त्यांची सख्खी मुलगी. पहिलीवहिली, लाडाकोडाची मुलगी. पण मला काहीही विचारलं नाही, सांगितलं नाही. बरोबर आहे,

आता ती आणि तिच्या मुली म्हणजे डॅडचं जवळचं कुटुंब! मी लांबची! व्हँकूव्हरमध्ये राहते, व्हिक्टोरियात त्यांच्याजवळ नाही, म्हणून लांबची आणि पुन्हा वेगळ्या देशातल्या माणसाशी, डेव्हशी लग्न केलेली, म्हणूनही लांबची!'

अशी कशी बरं ही उलथापालथ झाली? लग्नाने माणसं म्हणे जवळ येतात, पण आंटीच्या डॅडशी लग्नानंतर डॅड मात्र आपल्याला दूरचा होत गेला. आपली मावशीच आपली सावत्र आई झाली, तिच्या मुली खरंतर आपल्या कझिन्स व्हायच्या, पण त्या डॅडच्याही मुली म्हणून आपल्या सावत्र बहिणीही झाल्या. दूरदेशीचा, इंडियामध्ये जन्मून वाढलेला, रंगारूपाने माझ्याहून इतका वेगळा असलेला हा देवप्रकाश ताताचार्य माझा डेव्ह झाला आणि मी जॉइस कमिंग्सची जॉइस टाटा झाले, त्याही लग्नाचं तसंच. लोक एकत्र येण्याऐवजी दुरावलेच. या देशात आल्यावर त्याने आपलं नाव-आडनाव बदलून जरा जीभ अडखळणार नाही, असं डेव्ह टाटा केलं, त्याचाही राग होताच आणि वर गोऱ्या, ख्रिश्चन बाईशी लग्न केल्यामुळे तर त्याच्या आईवडिलांनी त्याचा संबंध सोडूनच दिला. त्याचं घर त्याला तसं तुटलं आणि आपलं घर तर आधीपासूनच मोडकळीला आलेलं होतं, तरी पोटातून काढलेल्या एकुलत्या एक चिवट धाग्यावर कोळ्याने जीव धरून अधांतरी लोंबकळत राहावं, तसं डॅडला चिकटून राहायचे आपण किती तऱ्हांचे प्रयत्न केले. पूर्व किनाऱ्यावर टोरांटोला नोकरी मिळत होती. पण डॅडच्या जवळ राहता यावं, म्हणून व्हँकूव्हरमध्येच नोकरी घेतली. आंटी आणि तिच्या मुलींशी आपल्या स्वभावाविरुद्ध जाऊन जुळवून घेण्याचा प्रयत्न केला.

मॉम गेल्यावर डॅडच्या रूपातच आपलं सगळं बालपण एकवटून राहिलं होतं आणि आपल्याला डेव्हबरोबरचा आगापिछा नसलेला संसार करताना कमीतकमी तेवढ्या एका धाग्याचा तरी आधार हवासा वाटत होता. पण स्पॅनिश बँक्सवरच्या सागरकिनारी उभं राहिल्यावर लाटेबरोबर पायांखालची वाळू भराभर निसटून जावी, तसा डॅडचा आधार आपल्या बाबतीत सुटतच गेला. काही केल्या ते बालपणचे निर्भर दिवस, तो जग मुठीत असल्याचा आनंद, पुन्हा शोधूनही सापडला नाही.

डॅडबरोबरची मागची भेट जीवाला चरे पाडणारीच झाली होती. जॉइसला ती भेट आठवली. डेव्हबरोबर सुटीला जाण्यापूर्वी व्हँकूव्हर आयलंडवर मुद्दाम डॅडला भेटायला गेली होती जॉइस. आंटी आणि तिच्या मुली डॅडच्या भोवती अशा वावरत होत्या की, जणू काही तो एखादा जुनाट फर्निचरचा भागच आहे. लिव्हिंग रूममधल्या त्याच्या सवयीच्या लेदर रॉकरमध्ये डॅड बसून होता. त्याचा इमानी कुत्रा सार्जंट कान पाडून त्याच्या पायाजवळ झोपला होता. तोही बिचारा आता म्हातारा झाला होता, पण जॉइस आल्यावर शेपटी हालवून स्वागत केलं ते त्यानंच. बाकीच्यांच्या कपाळाला आठ्याच होत्या. जॉइस जवळ येऊन विचारायला लागली, तरी डॅडने तिला

ओळखलंच नाही. ॲलिसची कुणीतरी मैत्रीण आलीय भेटीला, असंच समजला डॅड. ॲलिसशीच तसं बोलत राहिला.

'डॅड, मी आलेय, जॉइस, तुझी पहिली मुलगी!' असं सांगूनही फारसा फरक पडला नाही.

'सो, हाउ डू यू डू?' पलीकडे तो बोलतच नव्हता आणि त्याच्याशी आपण काहीही बोललो, तरी त्या थकलेल्या निळ्या डोळ्यांत ओळखीची झाकही दिसत नव्हती.

डेव्हने प्रयत्न केला त्याची स्मृती जागवण्याचा, पण तोही निष्फळच ठरला. डेव्ह तर बापडा काळाच दिसतो, ब्राऊन असला तरी. त्यामुळे की काय कुणास ठाऊक, पण आपला जावई म्हणून डॅडने त्याला मुळीच ओळखलं नाही. आंटीने घरातलं प्लम्बिंग तपासायला या माणसाला बोलावलं असलं पाहिजे, असं समजून डॅड त्याच्याशी डाऊनस्टेअर्स टॉयलेट कसं क्लॉग होतंय, त्याच्याबद्दलच बोलत राहिला.

शेवटी कंटाळून कुत्र्याला बाहेर फिरवून आणतो, असं म्हणून डेव्ह सार्जंटला घेऊन बाहेर पडला. आपण डॅडजवळ बसून जुन्या आठवणी काढून त्याला त्याच्या कोशातून बाहेर काढायचे हरतऱ्हेने प्रयत्न केले, पण उपयोग झालाच नाही.

जुन्या आठवणी तरी चांगल्या काढायच्या म्हणजे बाजारच्या केकमधून खिसमिस शोधून काढण्यासारखंच. बालपणात काही कळत नव्हतं, तेव्हा डॅडबरोबर पतंग उडवायला बीचवर जात होतो, नाहीतर मॉमबरोबर उन्हाळ्यात मळ्यावर ब्लूबेरीज गोळा करायला जात होतो, नाहीतर तिघं जण एकत्र कधीमधी पिकनिक्सना जात होतो, तेवढ्याच काय त्या गोड आठवणी. बाकी आठवतात त्या गारठलेल्या रात्री आणि दबल्या आवाजातली मॉम आणि डॅडची वादावादी. डॅडचं दार उघडून अंधारात बाहेर निघून जाणं आणि मॉमचं एकामागून एक सिगरेटी ओढून अर्ध्यावर त्या विझवत बसणं.

सकाळी उठल्यावर सिगरेटींचा चुरचुरीत वास घरभर भरलेला असे आणि मॉमचे डोळे तांबारलेले असत. आन्ट एलायझाला आपल्या गावात नोकरी मिळाली, म्हणून ती एडमंटहून व्हिक्टोरियाला आपल्याकडे राहायला आली, तेव्हापासून या वादावादीला सुरुवात झाली. पिकनिक्सना जातानादेखील मॉमची डोकेदुखी हटकून जागी व्हायची, मग कधीकधी फक्त आंटी, डॅड आणि आपण अशा पिकनिक्स व्हायच्या. पण त्यांना आधीच्या पिकनिक्सची मजा यायचीच नाही. कारण आपल्याला पुस्तक वाचायला सोडून आणि पिकनिक बास्केटवर नजर ठेवायला सांगून डॅड आणि आंटी फिरायला रानात जाऊन यायचे आणि कितीतरी वेळ आपण एकटेच खारींच्या सोबतीने ताटकळत बसायचो. आल्यावर आंटीचा चेहरा तांबूस दिसायचा आणि डॅड आपली

नजर चुकवायचा.

हळूहळू आकाशातले ढग बाजूला जाऊन क्षितिजावरचा माऊंट बेकर स्वच्छ उन्हात भलामोठ्ठा, लखलखीत, नजरेस पडावा, तसं चित्र स्पष्ट होत गेलं. पण तोवर फार उशीर झाला होता. अशा एका पिकनिकहून संध्याकाळी परत आल्यावर मॉम तिच्या आवडत्या खुर्चीत बसून झोपलेली दिसली होती. तिची मान एका बाजूला कलंडली होती आणि कसल्याशा गोळ्यांच्या दोन बाटल्या कॉफीटेबलावर रिकाम्या पडल्या होत्या. नंतर धावाधाव केली डॅडने आणि सगळ्यांनीच, पण खेळ खलास झाला होता. कुणाचीही पत्रास न ठेवता मॉम अशा जागी निघून गेली होती, की तिचा तिथे कुणीही अपमान करू शकलं नसतं.

डॅडने आंटीशी राजरोस लग्न केलं. आपल्याला अर्धवट कळत होतं. त्यामुळे काही दिवस रात्री झोपताना त्रास व्हायचा, दचकून जाग यायची, पण हळूहळू निवळत गेलो आपण. आंटीही आपल्याशी ठीक वागायची. आपल्यामागोमाग या सगळ्या सावत्र बहिणी जन्मल्या, तेव्हा आपल्याला जरा बरंच वाटलं होतं, एकटेपण संपल्यासारखं.

मॉमच्या जाण्यानंतर डॅड आधी काही वर्षं आपल्याला खूप मायेनं वागवायचा, पण बहिणी जन्मल्यावर त्या मायेतही वाटेकरी झालेच आणि आपणही शिक्षण संपवून नोकरीसाठी म्हणून आयलंड सोडून मेन लँडवर व्हँकूव्हरमध्ये आलो. मुद्दाम आपल्याहून सर्वस्वी वेगळा असलेल्या डेव्हशी हट्टानं लग्न केलं, मग संबंध दुरावतच गेले. राहिला तो फक्त उपचार. दर आठवड्याला फोन करणं, दर महिन्याला एकदा तरी व्हिजिटला जाणं, ईस्टरला आणि बहिणींच्या वाढदिवसांना ग्रीटिंग्ज पाठवणं, ख्रिसमसला भेटी घेऊन एक दिवस राहायला-जेवायला जाणं, संपलं.

आणि तरी आपल्याला न कळवता, न विचारता आंटीने आणि तिच्या मुलींनी संगनमत करून डॅडला ओल्ड फोक्स होममध्ये टाकलं, याबद्दल जॉइसच्या जिवाचा संताप होतच राहिला. समोर आलेलं सीझर सॅलड ती काट्याने टोचूनटोचून तोंडात घालत राहिली आणि ते चावताचावता आपल्याला आता काय करता येईल, याचा विचारही करत राहिली.

डेव्हला सकाळच्या बातमीने फारसा त्रास झाला नव्हता. कारण त्याच्या डोक्यातल्या एक्झिक्युटिव्ह एफिशियन्सीने या प्रश्नाचे प्रोज आणि कॉन्स लागलीच तपासून निर्णय दिला होता, की त्यांनी केलं ते ठीकच केलं. तू तरी वेगळं काय केलं असतंस? इथे व्हँकूव्हरला आणणार होतीस का त्यांना तू?

जॉइस तेव्हा चिडचिडली होती, पण निरुत्तरही झाली होतीच. डेव्हचं म्हणणं नेहमीप्रमाणे बरोबर होतं. जसे डेव्हचे आईवडील कधीही त्याच्या घरी येऊन राहणार

नव्हते, तसंच डेव्हच्या आणि तिच्या संसारात डॅडलाही स्थान नव्हतंच.

डेव्हचे आईवडील सनातनी ब्राह्मण म्हणून आणि ती त्यांना सून म्हणून मान्य नव्हती म्हणून इथे येणार नव्हते आणि आपला डॅड डेव्हशी जरी फारसा वाईट वागला नाही, तरी आता डॅड तो जुना डॅड राहिलाच नव्हता. तो सीनाइल झाला होता, म्हणून त्याला इथे आणणं अशक्यच होतं. कारण जॉइस रिअल इस्टेट एजंट म्हणून वाट्टेल त्या वेळी घराबाहेर राहायची आणि डेव्ह तर कायमच फिरतीवर. एकुलती एक मुलगी श्यामा. तीही आता घर सोडून कँपसवर राहायला गेली होती.

डॅडला व्हँकूव्हरला आपल्या घरी आणणं शक्यच नव्हतं. कोण बघणार त्याचं सगळं? एखादी मेड ठेवता आली असती तेवढ्यासाठी, पण तिथे प्रत्यक्ष आंटी असताना मेड कशी काय ठेवणार इथे? शिवाय डॅडला इथे आणायला आपण स्वतंत्र होतो थोडेच! त्या लोकांनी ते मानलं नसतंच. त्यांनी आधीपासूनच डॅडचे सगळे निर्णय स्वत:च घ्यायला सुरुवात केलीच होती. घराला एक्स्टेंशन बांधण्याचा निर्णय, घरातली आपली खोली री-डेकोरेट करून ॲलिसचं ऑफिस तिथे थाटण्याचा निर्णय, घरात भाडेकरू ठेवण्याचा निर्णय, इतकंच काय, पण घरातलं मॉमच्या वेळचं जुनं फर्निचरदेखील आंटीने आपल्याला अजिबात पत्ता लागू न देता साल्वेशन आर्मीला देऊन टाकलं होतं.

एका ख्रिसमसच्या भेटीत आपण गेलो, तर सगळं नवीन फर्निचर आलेलं. जुनं देऊन टाकल्याचं कळल्यावर आपण किती हळहळलो! आपल्याला आधी सांगितलं असतं, तर निदान मॉमच्या आठवणीसाठी आपण ते इकडे आणलं असतं. पण बहुतेक गोष्टी आधी करायच्या आणि मग आपल्यापर्यंत त्याची बातमी पोहचायची, असंच घडलेलं होतं.

त्या चरचरीत आठवणींनी तोंड कडवट झालं आणि कॉफीची चव अधिकच कडू लागली. मॉमचं फर्निचर फुकून टाकलं, आता डॅडलाही जुन्या फर्निचरसारखं उचलून देऊन टाकलं. आपला त्याच्यावर कसलाही हक्क नाही. दोनदा लग्न करून, मुलाबाळांना जन्म देऊन शेवटी डॅड एकटाच. त्याला घरातून बाहेर काढून आता आपल्या लहानपणच्या घरात ह्या सगळ्या जणी घरघुशी ठाण मांडून राहणार. जॉइसला कळेना, आपल्याला दु:ख होतंय, ते नेमकं कशाचं? डॅडला नेऊन बेवारशासारखं टाकल्याचं, की आपल्या लहानपणच्या घराला बळकावून हळूहळू आपल्यापासून वेगळं केल्याचं, की भूतकाळाशी आपल्याला जोडून ठेवणाऱ्या डॅडला आपण कोण हेही आता उमगत नाही, त्याचं?

त्या सगळ्याच गोष्टींनी तिच्या मनाला अधू करून ठेवलं होतं. तिला फक्त प्रश्न दिसत होते, उत्तरं सापडतच नव्हती. आपण जगायचं ते का, पैसे मिळवायचे ते का, लग्न करायचं, मुलांना जन्म द्यायचा, तो का? शेवटी कुणालाही म्हातारपण

आलं, कळेनासं झालं, की उरलेल्या शहाण्यासुरत्यांनी त्यांना असं उचलून बाजूला करायचं का? मग आधी या लोकांना जवळ तरी कशासाठी करायचं? डेव्हला सीनिलिटी आली, तर मी टाकेन का त्याला? बहुधा नाही टाकणार. मी नोकरी सोडूनच दिलेली असेल तोवर. पैसाही भरपूर असेल, पण असं अनोळखी झालेल्या, मन हरवलेल्या माणसाला घरात नुसतं सांभाळणं सोपं नाहीच. मग काय करणार तर? दुसऱ्या कुणाच्या तरी मदतीने सांभाळायचं? आपणही तोवर म्हातारपणातच शिरलो असणार म्हणजे परस्वाधीनच आणि मुलांचा तरी कसला आधार म्हणायचा? डेव्ह त्याच्या आईवडिलांपासून दूर राहिलाय. आपण जसे डॅडपासून बाजूला झालो आणि डेव्हशी संसार थाटला, तशी श्यामाही आपल्यापासून आता दूर गेलीच. आता शिक्षण, नंतर नोकरी, नंतर संसार करायला जाईल, म्हणजे शेवटी आपण एकटेच. मग कशासाठी मांडायचा हा पसारा?

लंच संपवून बिल द्यायला उठणार एवढ्यात तिचं लक्ष छताशी टांगलेल्या टी.व्ही. कडे गेलं. आता त्याच्यावर स्पेशल न्यूज बुलेटीन चाललं होतं. प्रिन्सेस डायना पॅरिसमध्ये गाडीच्या अपघातात ठार झाल्याची बातमी होती.

क्षणभर जॉइस खिळून उभी राहिली. ती परीकथेतल्यासारखी दिसणारी, लाजरीबुजरी, गोड प्रिन्सेस गाडीच्या अपघातात गेली? पहिल्यांदा जॉइसच्या डोक्यात विचार आला, तो तिच्या दोन आईवेगळ्या झालेल्या मुलांचा होता. प्रिन्स चार्ल्सशी डायनाचा घटस्फोट आता जुना झालाच होता. पण मुलांची बिचाऱ्यांची आई गेली. आपल्या लहानपणातल्या आईवेगळं वाढण्याच्या दिवसांच्या आठवणींनी ती त्या दोन मुलांच्या दु:खात बुडून गेली.

जॉइस घरी परतली, तेव्हा बातमीचे नवेनवे उजेडात येणारे तपशील टी.व्ही. वर पुन्हापुन्हा सांगितले जात होते. पुढच्या काही तासातच इतके तपशील ऐकायला मिळाले, की बाकी सर्व बातम्या त्या लोटापुढे कुठल्याकुठे वाहून गेल्या. डायनाच्या बाहेरून ग्लॅमरस आणि आतून पोखरलेल्या, निराधार, दु:खी आणि एकाकी आयुष्याचा टी.व्ही. वर पंचनामा चाललेला होता. लहानपणीच आईवडिलांचा घटस्फोट, सामान्य शैक्षणिक करियर, प्रिन्स चार्ल्सशी लग्न झाल्यापासूनचा फोटोग्राफरांचा ससेमिरा, राजवाड्यातली थंडी वागणूक, चार्ल्सचा घुमेपणा, हिचा बुलीमियासारख्या आजाराशी झगडा, आत्महत्येचे प्रयत्न, ही मुलांना वाढवण्यात गुंतली असताना चार्ल्सचे जुन्या मैत्रिणीशी चाललेले चाळे आणि या सगळ्यांना तोंड देतादेता एड्स, लँडमाइन्स वगैरे प्रश्नांकडे लक्ष वेधून पैसे उभे करण्याचे, समाजकार्याचे केलेले तिने प्रयत्न आणि शेवटी घटस्फोटापूर्वी सीबीसी टी.व्ही. वर दिलेली, सगळे दोष, सगळ्या मर्यादा कबूल करणारी प्रामाणिक मुलाखत, या सगळ्यांचा पुन:पुन्हा ऊहापोह चालला होता.

ते ऐकताऐकता जॉइस कुठेतरी हालली. आपला नवरा अजून पूर्णपणे आपल्यातच गुंतलेला आहे, आपली मुलगीही कँपसवर राहायला गेली, तरी रोज रात्री आपल्याला फोन केल्याशिवाय झोपत नाही, आपणही अजून डोक्याने धड आहोत, हातीपायी ठणठणीत आहोत, या गोष्टींचा तिला विलक्षण आधार वाटला. आपलं लहानपणचं घर जरी आपल्याला परकं झालं, तरी आपण अजून आपल्या गावात, आपल्या देशातच राहतो, डेव्हसारखं परक्या देशाला आपल्याला आपलं करावं लागलेलं नाही, याचंही बरं वाटलं... जरी डॅड आपल्याला ओळखत नसला, तरी आपण त्याला ओळखतो, आपण त्याला तिथेही जाऊन भेटू शकतो आणि त्याच्या आवडीचं खाणंही करून त्याला नेऊन देऊ शकतो, हेही तिला जाणवलं.

तिने फोन करून व्हिक्टोरियाला जायच्या उद्याच्या फेरीचं तिकीट रिझर्व्ह करून टाकलं, पत्रांच्या चळतीमध्ये 'जॉइन मॅड' म्हणजे एमएडीडी - 'मदर्स अगेन्स्ट ड्रंकन ड्रायव्हर्स' असं एक आवाहन आलेलं होतं, त्यांना पाठवायला एक चांगला मोठा चेक तयार करून ठेवला आणि डॅडला आवडणारा ॲपल पाय करायला ती स्वयंपाकघराकडे वळली.

*

बाटल्या

''अगं, नको ती बाटली टाकू. आण इकडे, मी ठेवते धुवून.''

''किती बाटल्या जमवणार आहेस आई, स्वयंपाकघरात एकदेखील रिकामं कपाट राहिलेलं नाही, आता गराजमध्ये पण खोकी झालीत रिकाम्या बाटल्यांची, अशानं माणसांना घराबाहेर राहायची वेळ येईल.''

''राहू दे गंऽ तू जा आपली तुझ्या कामाला, मी बघते आवरायचं.''

असं म्हणत शारदाबाईंनी मुलीच्या हातातली रिकामी बाटली घेतली. सुनंदाने झटपट आपली दिवसभराच्या शिकवण्याची पुस्तकं आवरली आणि ती 'येते गंऽ' म्हणत गाडीत बसून विद्यापीठाच्या दिशेला लागली.

नुकतेच सकाळचे आठ वाजले होते. नातवंडं आधीच शाळेत गेली होती, ती शाळेतून परस्पर कसल्याकसल्या उद्योगांना जाऊन उशिराच घरी यायची. जावई आठवडाभर जपानला गेला होता. आता संध्याकाळी चार वाजता सुनंदा परतेपर्यंत शारदाबाई आणि घर.

बाहेर अजून व्हिक्टोरियातला पश्चिम तीरावरचा जानेवारीतला गारठा होता, सुनंदा जरी येताजाता 'काय यावर्षी माइल्ड विंटर आहे,' असं म्हणत असली, तरी पंच्याऐंशीच्या उंबरठ्यावर आलेल्या शारदाबाई घरातदेखील साडीच्या आत जॉगिंग पँट्स आणि पायमोज्यांवर लोकरीच्या बूटीज वगैरे चढवूनच वावरायच्या. हळूहळू ब्रेकफास्टच्या कपबश्या घेऊन त्या उठल्या आणि सिंककडे जाऊन त्यांनी सगळं डिशवॉशरमध्ये भरून टाकलं.

मग प्लास्टिक वायर घेऊन त्यांनी त्या बाटलीवरचं लेबल घासूनघासून काढून टाकायला सुरुवात केली. पॅनकेक सिरपची ती बाटली उभटगोल होती, पण दोन बाजूंनी चपटी आणि कमरेत बारीक होत पुन्हा गळ्याकडे जाताजाता थोडीशी फुगीर होत गेलेली. अगदी आपल्याकडची विशीतली चटपटीत तरुणी जशी दिसेल तश्शी ती बाटली होती आणि बाटलीचं हँडलसुद्धा चक्क हातासारखंच वळलेलं आणि बरोब्बर बाटलीच्या कमरेवर अलगद विसावलेलं. कमरेवर डावा हात ठेवून वर बघत बोलत उभं राहण्याची ही लकब. कुणाची बरं लकब ही? शेजारची सुधा, आणखी कोण?

त्यांना आठवलं, जिमखान्यावरच्या बंगल्यात त्यांच्या यजमानांनी मोठ्या हौसेने बायकोसाठी सुवासिक फुलांचे वेल लावले होते. दारातल्या सायलीच्या वेलाच्या कळ्या दुसऱ्या मजल्यावरच्या गच्चीवर जाऊन तोडाव्या लागत. वरून त्या तोडतातोडता शारदाबाईंना पाटणकरांची सुधा खालच्या रस्त्यावरून तिच्या गाण्याच्या क्लासला जाताना दिसायची आणि शारदाबाईंनी हाक दिली, की त्या भरगच्च फुललेल्या वेलाखाली थांबून ती त्यांच्याशी गोड आवाजात बोलायची, तेव्हा अशीच दिसायची ती. सायलीच्या कळ्यांचा एक भरघोस गजरा तिच्यासाठी नेहमीच राखला जायचा आणि शारदाबाईंच्या कितीतरी हळदीकुंकवांचे समारंभ सुधाच्या गाण्यांनी साजरे व्हायचे.

कुठे असेल आता सुधा? त्या गोंडस बाटलीला हातात धरून शारदाबाई कितीतरी वेळ तंद्रीत राहिल्या, सुधाशी दर दिवशी होणारा तो सहजसंवाद आठवत. समोर नळ वाहतच राहिला आणि त्या नळाच्या आवाजाने शारदाबाई जिमखान्यावर पोहचल्या.

बाहेरच्या बाजूला पत्रांच्या झडपेचा "खण्णऽऽऽ" आवाज झाला, तेव्हा त्या भानावर आल्या आणि हातातल्या बाटलीला म्हणाल्या, "इथे तुला गजरा कुठला देऊ बाई, सध्या सगळा शुकशुकाट आहे. मार्चपर्यंत बाहेर फुलं उगवणार नाहीत, मग तुझ्या केसात फुलं माळू हो आपण!"

नंतर नळ बंद करून त्या हळूहळू चालत सुनंदाच्या घराच्या पुढच्या दाराशी पोहचल्या.

'आला वाटतं पोष्ट्याऽऽ' म्हणत कमरेवर हात ठेवून खाली वाकून त्यांनी पत्रांच्या झडपेतून कारपेटवर पडलेली चळत उचलली. दोन सीड कॅटलॉग्स, तीन-चार कंपन्यांची पत्रं किंवा बिलं असावीत, एक बँकेचं पत्र आणि तीन घरं विकणाऱ्यांच्या जाहिराती, वर चौकटीतले त्या विक्रेत्यांचे हसऱ्या चेहऱ्यांचे फोटो आणि आम्ही तुमच्या घराचा फुकटात बाजारभाव सांगायला तयार आहोत, अशी हमी. थोडक्यात काय, की एवढा कागदाचा कचरा रोजच्यासारखा घरात येऊन पडला, पण औषधालाही

पत्र म्हणून नाही. येणार कुणाचं पत्र? राहिलेत कोण आता भारतातून आपल्याला आवर्जून पत्र लिहायला? माहेरी आपणच सगळ्यांत लहान, म्हणून वरचे सगळे एकतर वरती गेलेले किंवा आपल्याहून अधिक गलितगात्र झालेले. सासरच्या उरल्यासुरल्या मंडळींना मुळातच पत्रबित्र लिहिण्याचा उरक नाही आणि पुढच्या पिढीतल्या पोरीबाळींना उत्साह नाही.

पुन्हा 'आमच्याकडे काय घडतं नवीन? तुम्ही अमेरिकेत राहताय, तुम्हीच लिहायची पत्रं आम्हाला,' हा सल्ला. सुनंदा चिडायची ऐकून.

'अमेरिका नव्हे, कॅनडात राहतो आम्ही, भरपूर फरक आहे दोन देशात, कॅनडाच्या पश्चिम तीरावर आहोत आम्ही,' वगैरे सांगायची.

'तेच हो तेऽ, आम्हा मंडळींना साता समुद्रापलीकडे अमेरिका काय आणि कॅनडा काय, दोन्ही सारखेच.' असली मठ्ठ उत्तरंच तिला मिळायची. शेवटी सुनंदानं सोडूनच दिलं लोकांचा भ्रम सुधारणं.

एकुलती एक सुनंदा. नवऱ्यापाठोपाठ जी वीस वर्षांपूर्वी कॅनडात आली, ती इथंच घर करून राहिली. यजमान वारल्यावरदेखील शारदाबाई जवळजवळ पंधरा वर्षं हिमतीनं एकट्या जिमखान्यावरच्या आपल्याच घरात राहिल्या. नंतर त्यांना एक झटका आला मात्र, सुनंदा धावत गेली आणि आईनं घर आवरून कॅनडातच राहायला यावं, असा तिने आग्रह धरला. जावईही आईवेगळा होता, तोदेखील मुलासारखा आपल्याच घरी राहा म्हणून शारदाबाईंचं मन वळवत होता, नातवंडंही भरीला होतीच. एकुलता एक मायेचा धागा असा दूरदेशी होता, कुणासाठी पुण्यात राहणार? शेवटी आल्या शारदाबाई व्हिक्टोरियाला.

मागे यजमानांबरोबर जेव्हा त्या सुनंदाकडे दोन खेपांना आल्या होत्या, तेव्हाचं त्यांचं इथं राहणं वेगळं होतं. तेव्हा सुनंदाची बाळंतपणं होती आणि शारदाबाईंच्या अंगात भरपूर जोम होता. तऱ्हेतऱ्हेचे पदार्थ करून खायला घालणं, मुलांचं बघणं आणि उरलेल्या वेळात यजमानांबरोबर चालत बाहेर सुंदरसुंदर फुलांच्या बागातनं भटकून येणं. कसे दिवस गेले, कळलंच नाही.

व्हिक्टोरियात मराठी माणसं कुणी नाहीतच, याची तेव्हा जाणीव झाली होती, पण उणीव भासायचा प्रसंगच आला नव्हता. कारण घरातच करायला भरपूर काम होतं आणि मुख्य म्हणजे जन्माचा सोबती बरोबरीने पाठीशी होता. ते गेले, तेव्हा खरा संवाद बंदच झाला, तोंडाचं कामच संपलं, आता हळूहळू कानाडोळ्यांचंही संपत येईल.

शारदाबाई जड चालीनं स्वयंपाकघरात आल्या, तेव्हा भिंतीवरच्या घड्याळात फक्त साडेआठ वाजले होते. त्या तापदायक घड्याळावरून मान फिरवून त्यांनी फ्रिजच्या डावीकडचं भिंतीतलं लांबोडकं कपाट उघडलं. त्याच्या वरच्या बाजूला

तीन-चार छोट्याछोट्या फळ्या होत्या आणि त्यांच्यावर ओळीनं भरपूर बाटल्या ठेवल्या होत्या. वेळोवेळी शारदाबाईंनीच धुवून ठेवलेल्या.

त्याच कपाटात खाली एक छोटंसं पाय उंच करण्याइतपत पायरीवजा स्टूल होतं, ते घेऊन शारदाबाईंनी एकेक करून त्या सगळ्या बाटल्या खाली काढल्या आणि तीन-चार खेपा करून फॅमिली रूममध्ये आणून मधल्या कॉफी टेबलावर त्या चारी बाजूंनी मांडून ठेवल्या.

मग हुश्श करून न आलेला घाम सवयीने पुसत त्या खाली बसल्या आणि एकेका बाटलीवरून नजर फिरवून म्हणाल्या, "सगळ्या जमल्या म्हणायच्या, अगंबाई, पण आज दातेकाकू नाही आल्या त्या?"

मग समोरच्या बाजूला ठेवलेल्या वरपासून खालपर्यंत गोल अंगाच्या, गुबगुबीत गोऱ्या मेयनेजच्या बाटलीने नव्हे, दामलीणबाईंनी त्यांना उत्तर दिलं, "असं काय शारदाबाई, अहो, त्यांच्याकडे आज कुळाचाराचं जेवण आहे, म्हणजे सगळं आवरून यायला तेवढा उशीर व्हायचाच की...."

शारदाबाईंनी आठवल्यासारखी मान डोलावली आणि मग पलीकडच्या उंच शिडशिडीत, हिरव्या झाकणाच्या, डिल पिकलच्या बाटलीकडे वळून विचारलं, "प्रभाताई, तुमचा योगासनांचा क्लास कसा काय चाललाय, आता छानच सडसडीत झालंय अंगऽ अजून किती वजन कमी करणार आहात?"

प्रभाताईंनी काही म्हणायच्या आतच ग्रेप ज्यूसच्या उंच पण भरलेल्या अंगाच्या बाटलीनं, म्हणजे इनामदारीणबाईंनी आपल्या मानेच्या वळ्यांना चाचपत म्हटलं, "अहो, कसले क्लासेस करताय वजन उतरवायला, आमच्यासारखं बारा जणांच्या धबडग्यात कामं करा, काय बिशाद आहे अंग सुटायची? काय प्रमदाबाई, खरं की नाही?"

आणि अशाच गप्पाटप्पांमध्ये शारदाबाईंचे दोन तास सहज गेले, मध्ये एकदा त्या फोन वाजला म्हणून उठल्या, पण तो फोन खोटाच होता, म्हणजे कॉम्प्युटरवर रेकॉर्डेड मेसेज लावून ठेवलेला. असल्या सेल्सवाल्यांच्या फोनला उत्तरं द्यायची गरज नसते असं सुनंदानं सांगून ठेवलंच होतं, तेव्हा एक उठाबशी झाली तेवढीच.

पुन्हा येऊन त्या आपल्या सयांच्यात मिसळल्या. मनसोक्त बोलून झाल्यावर त्यांनी त्या सगळ्यांना निरोप दिला आणि पुन्हा स्टुलावर चढून त्या सगळ्या बाटल्या कपाटातल्या फळ्यांवर निगुतीनं ठेवून दिल्या. मग त्यांनी एक वाटीभर सूप मायक्रोवेव्हमध्ये दोन मिनिटं गरम करून घेतलं, एक पावाचा टोस्ट त्यात बुडवून खाल्ला आणि एक छोटंसं पेअर खाल्लं.

खाताना त्यांनी डिनरटेबलावर स्पघेटी सॉसच्या दोन जाड्याजुड्या रिकाम्या बाटल्यांना आपल्याशेजारी पानांवर बसवलं होतं, त्यातली एक होती वारूताई,

त्यांची जिव्हाळ्याची मावसबहीण आणि दुसरी त्यांच्या यजमानांची काकू, जी त्यांच्या लग्नापासून कित्येक वर्षं त्यांच्याच कुटुंबात राहिली होती. त्या दोघीही खरं म्हणजे केव्हाच झाकपाक करून कायमच्या निघून गेल्या होत्या, पण शारदाबाई व्हिक्टोरियात आल्यानंतर त्या अशा केव्हाकेव्हा त्यांना सोबत करायला येत असत.

वारूताईशी आणि काकूंशी बोलतबोलत शारदाबाईंनी जेवण उरकलं. नंतर दोन तास त्या लवंडल्या. उठल्या, तेव्हा अजून दोन तास जायचे होते. संध्याकाळचं जेवण वगैरे काहीच करायचं नव्हतं, कारण सुनंदाच आल्यावर मुलांच्या आवडीचं काय ते करायची. कधीकधी मुलांना बाहेरचंच हवं असायचं.

शारदाबाईंना टी.व्ही. वरचे दुपारचे कार्यक्रम अलीकडे कंटाळवाणेच वाटायचे. संध्याकाळचाच तो बरा वाटायचा आणि वाचनपण अलीकडे मंदावलंच होतं, पण मन अजूनही काहीतरी शोधत होतं.

मग त्या गराजमध्ये गेल्या. त्यांनी एका फळीवरचं खोकं काढलं, घरात आणलं. त्यांत दोन-तीन डझन लाल झाकणाच्या नेसकॅफेच्या चौकोनी तरतरीत छोट्या रिकाम्या बाटल्या होत्या.

शारदाबाईंनी फॅमिली रूमच्या कडेशी सहा-सहा बाटल्यांची एक ओळ असा त्यांचा वर्ग मांडला आणि मग त्या खूप वर्षांपूर्वीच्या शाळेतल्या शारदाबाई झाल्या. मराठीच्या वर्गात तांब्यांच्या कविता शिकवू लागल्या.

"मला येथला लागला लळा,
सासरिं निघता दाटतो गळा
बागबगीचा येथला मळा
सोडिता कसे मन चरचरतें"

स्वत:चं घर एकदाही सोडायला न लागलेल्या त्या कोवळ्या पोरींना तांब्यांच्या कवितेतली ती जीवघेणी कळ समजावून द्यायची म्हणजे कठीणच.

शारदाबाई मन लावून बोलत राहिल्या, हळूहळू वर्ग मंत्रावल्यासारखा झाला.

"चित्र तुझे घेऊनि उरावरि
हारतुरे घालिते परोपरि
छायेवरि संतोष खुळी करि
तूं बोलवितां परि थरथरतें"

मध्येच आणखी एकदा गराजमध्ये जाऊन त्यांनी दुसरं एक खोकं आणलं आणि

त्यातल्या बेडेकर लोणच्यांच्या बारक्या बाटल्यांचा वर्ग खोलीच्या दुसऱ्या बाजूला मांडला. हा त्यांच्या शेजारच्या खोलीत नेहमी असायचा तो रासमबाईंचा शिवणवर्ग. मग कविता शिकवता-शिकवता त्यांना रासमबाईंच्या वर्गातला गोंगाट ऐकायला यायला लागला.

मध्येच, "एऽ भवान्यांनो, गप्प बसायला काय घ्याल? आता गप्प व्हा, नाहीतर पट्टी मिळेल एकेकीलाऽ" असा रासमबाईंचा चिरका आवाजही कानात शिरत होता. पण त्या सगळ्या आवाजात नेटाने शिकवतच राहिल्या.

"अतां तूच भयलाज हरी रे
धीर देउनी ने नवरी रे
भरोत भरतिल नेत्र जरी रे
कळ पळभर मात्र! खरे घर तें!"

*

वारसा

कॉफी-टेबलावर जुन्यापान्या फोटोंचे अल्बम पसरून रित्या मनाने तनुजा त्यांची पानं उलटत बसली होती. समोर चहाचा कप रिताच पडला होता, डोळे मात्र फोटो बघताबघता पुन:पुन्हा भरून येत होते. एरवी मुलांमध्ये, नवऱ्याबरोबर असताना, बाबांची आठवण काढून आसवं गाळायची नाहीत, असा ती निग्रहाने प्रयत्न करी. रोजच्या कामांच्या गडबडीत, विद्यापीठाच्या कामामध्ये आणि अभ्यासाच्या तगाद्यात मनाला मोकाट सोडायला निवांत वेळ मिळत नव्हताच. पण एकटी घरात राहिली, तर मात्र कुठल्याही शहाणपणाला न जुमानता डोळे आपसूकच वाहात.

एकटं राहायला नको, म्हणून अशा सुट्टीच्या दिवशी ती मुद्दाम मॉलमध्ये जाऊन फिरायची, माणसांच्या मेळाव्यात कितीही एकटं वाटलं, तरी डोळे कोरडे ठेवायचं बंधन आपोआपच पडायचं, शिवाय इकडचीतिकडची कामंही व्हायची. बाबांच्या अख्ख्या आयुष्याच्या बुद्धिवादाच्या शिकवणीमध्ये माणूस गेलं म्हणून टिपं गाळीत, निष्क्रिय बसणं चाललं नसतं.

अगदी लहानपणी बाबांनीच तिला गीता शिकवली होती, 'जातस्य हि ध्रुवो मृत्यु:' हे तिच्याकडून स्वच्छ शब्दोच्चारात म्हणून घेतलं होतं. जन्मभर त्यांच्यासारखं बुद्धिवादी व्हायचा प्रयत्न करणाऱ्या, कॅनडामध्ये तर्कशास्त्राची प्राध्यापिका म्हणून वावरणाऱ्या तनुजालाही बाबांचा वियोग कधीतरी होणार हे त्यांचं रोगनिदान झाल्यापासून माहीत होतंच. पण बाबा गेले त्याला सहा-सात महिने होऊनही आपल्याला मधूनमधून एवढा ओघ कसा येतो, हे तिला कळत नव्हतं. ते जाण्यापूर्वी त्यांच्याजवळ राहून

आल्याआल्या महिन्यातच ते गेल्याची बातमी आल्यावर मात्र विद्यापीठाची टर्म चालू असल्यामुळे अजून आईला भेटता आलं नव्हतं, म्हणून का? तरी आत्ता जवळ दुसरं-तिसरं कुणीच नसल्यामुळे तिने डोळे खुशाल वाहू दिले.

सकाळपासून तिचं चित्त थाऱ्यावर नव्हतं हेच खरं, नाहीतर एवढ्या कौतुकाने गेली बारा वर्षं जपलेल्या त्या शुगर-बोलच्या तिच्याच हातून सकाळी ठिकऱ्या झाल्या, त्याही झाल्या नसत्या. त्या शुगर-बोलच्या आठवणीने तिला आणखीनच खिन्न वाटलं. कॅनडातल्या पहिल्याच वर्षी मोठ्या कौतुकाने रिचमंड पॉटरी क्लबच्या वार्षिक जत्रेत तिने तो शुगर-बोल आणि क्रीमरचा सेट खरेदी केला होता आणि अनेकांनी नावाजलेला तो सेट रोजच्या वापरात बारा वर्षं टिकूनही आज सकाळी तिच्याच हातून पडून फुटला होता. बसल्या जागेवरून हात लांबवून जवळच्या फळीवरून ते भांडं काढायची तिची नेहमीची सवय. आजवर कधीच हातातून निसटला नाही, मग आजच का निसटला? कुणास ठाऊक. या प्रश्नाला उत्तर नाहीच. कधीतरी फुटायचंच की ते भांडं. बारा वर्षं टिकलं हेच खूप! आणि ती मनाशी म्हणाली, 'माणसासारखं माणूस गेलं, तरी आपल्या हाती फोटो आणि आठवणींपलीकडे काही राहत नाही, मग त्या मातीच्या शुगर-बोलबद्दल किती खंत करणार?'

आज मे महिन्यातला दुसरा रविवार म्हणजे मदर्स डे. योगायोगानं तिचा वाढदिवसही आजच होता. बाबांच्यावाचूनचा हा पहिलाच पोरका वाढदिवस. गेली बारा वर्षं बाबा-आईपासून लांब इथे कॅनडातच वाढदिवस होत, पण भारतीय आणि कॅनेडियन पोस्टांच्या एकत्रित हलगर्जीपणाला न जुमानता नेमकं वाढदिवसाआधीच एखादा दिवस बाबांच्या हातचं आशीर्वाद-पत्र हातात पडे. त्यातून त्यांची जवळीक नेहमीच तिला वाढदिवसाची सोबत करायची.

अलीकडे तिनं बाबांच्या आठवणीनं खिन्न होऊ नये म्हणून विश्वास खूप आवर्जून स्वतःच्या कामामधून वेळ काढून तिला जपायचा. संध्याकाळी विश्वास त्या सगळ्यांना घेऊन डाऊनटाऊनच्या कोरियन रेस्टॉरंटमध्ये जेवायला जाणार, हे ठरलेलं होतं. सकाळी उठून एक चहाचा कप आणि ग्रेपफ्रुटचा ब्रेकफास्ट घेऊन तो नेहमीप्रमाणे हॉस्पिटलमध्ये त्याच्या पेशंट्सना बघायला गेला होता. जॉगिंग करून तिची मुलगी परतली तेव्हा तनुजाने ब्रेकफास्ट करायला घेतला. तोवर तिचा मुलगाही उठून शॉवर घेऊन ओले केस तसेच निथळवत खाली ब्रेकफास्टला आला होता.

दाणकन खुर्चीत कोसळून तो म्हणाला, "वाऽऽ पॅनकेक्स! ग्रेट, मॉम, आय वॉज सो हंग्री!"

तनुजा हसली. कारण भूक हा तिच्या या दहा वर्षांच्या सुहासचा स्थायीभावच होता. अंघोळ करून उमलत्या फुलासारखी ताजी होऊन तिची मुलगी अरुणा खाली आली, ती स्वतः काढलेलं वॉटरकलरचं एक सुंदर ग्रीटिंग आणि स्वतः बागेत

लावलेल्या ट्यूलिप्सचा एक लालभडक गुच्छ घेऊनच. आईला एक पापी देऊन, वाढदिवसाचं ग्रीटिंग देऊन, तिच्यासाठी काढलेली ट्यूलिप्स फुलदाणीत घालून अरुणा पॅनकेक्स खायला लागली, तसं सुहास एकदम आठवल्यासारखा म्हणाला, ''ओ, हॅपी मदर्स डे अँड अ हॅपी बर्थडे मॉम! मी तुझ्यासाठी एक सुंदर कविता करणार होतो, पण अजून मला मनासारखी एकही कविता जमलीच नाही. मग मी विचार केला की, तुला सकाळी ब्रेकफास्ट इन बेड द्यावा, पण माझ्याआधी तूच उठलीस. त्यामुळे तेही करता आलं नाही, सो ऑल यू गेट फ्रॉम मी इज माय ग्रीटिंग्ज.''

अरुणानं या विसराळू आणि वेंधळ्या भावाला वेडावून दाखवलं, पण तनुजा त्याला बरं वाटावं म्हणून म्हणाली, ''अरे, काही हरकत नाही, नाहीतरी या सगळ्या गोष्टी आपण कुठं अटीतटीनं पाळतो? मी कुठं माझ्या आईला मदर्सडेचं ग्रीटिंग पाठवते? वर्षातून एकाच दिवशी आईला काहीतरी आणून देण्यापेक्षा नेहमीच मनात कुठंतरी तिची आठवण ठेवा म्हणजे झालं.'' तसा सुहासच्या चेहऱ्यावर 'सुटलो,' हा भाव आला आणि तिला गंमत वाटली.

असल्या आठवणी ठेवण्याच्या बाबतीत तिचे बाबा जितके काटेकोर तितकाच त्यांचा हा नातू ढिसाळ. नात्यांतल्या सगळ्या मुलाबाळांचे वाढदिवस लक्षात ठेवून तिचे बाबा त्या त्या दिवसाआधीच हातात पडतील, अशी पत्रं पाठवायचे. जवळ असतील, तर काहीतरी खास पुस्तक, खेळणं घेऊन जायचे. अरुणानं आपल्या आजोबांचा हा वारसा अचूक घेतला होता. आईवडील, भाऊ, दोन्हीकडचे आजी, आजोबा आणि स्वत:च्या मैत्रिणी इतकंच नव्हे, तर लांब भारतात वाढणाऱ्या स्वत:च्या मामे, मावस, चुलत भावंडांचेसुद्धा वाढदिवस तिच्या लक्षात राहत आणि तिच्या हातची सुंदर चित्रपत्रं त्या त्या दिवशी त्यांना नेमकी मिळत. पण लोकांचे वाढदिवस वगैरे लक्षात न ठेवण्याच्या बाबतीत सुहास स्वत:च्या वडिलांवरच गेला होता म्हणायला हवं.

विश्वासच्या आठवणीच्या फायलीत कुणाच्याच वाढदिवसाच्या नोंदी नसत, पण स्वत:च्या पेशंट्सचा संपूर्ण इतिहास विश्वासला झोपेतदेखील आठवायचा. सुहास त्याचाच मुलगा. डायनासोरचे सर्व प्रकार त्याला तोंडपाठ होते, शाळेतल्या एकूणएक पोरांची नावं त्याला माहीत होती, पण खुद्द त्याच्यासुद्धा वाढदिवसाची आठवण त्याला होत नसे, इतरांचे सोडाच. अरुणा सुहासच्या वाढदिवसाची आठवण ठेवून सगळं करायची, पण सुहासने आजोबांकडून, तिच्या बाबांकडून असलं काहीच कसं घेतलं नाही!

बाकी त्याबद्दल त्याला तरी दोष कसा द्यायचा म्हणा? सुहासचा आणि तिच्या बाबांचा जाणतेपणचा सहवास फक्त त्यांच्या आजारपणात ती मुलांना घेऊन भारतात

चार महिने राहायला गेली, तेवढ्या एका उन्हाळ्यातच काय तो घडला आणि त्यावेळी बाबांना आवाजाचा त्रास व्हायचा, म्हणून धडधडत जिने उतरणारा, धाडकन दारं लावणारा आणि दणदणीत आवाजात गाणी गाणारा सुहास त्यांच्यापासून लांबलांबच राहत होता. ज्या आजोबांनी त्याच्या जन्माचा तिथं उत्सव केला होता, तो नातू त्यांना प्रत्यक्ष भेटला तेव्हा तो बिचारा आडवयात होता आणि ते अस्वास्थ्यापायी चिडचिडे झाले होते. त्यामुळे तनुजानं आजोबा-नातवांच्या गळाभेटीची जी कल्पना केली होती, ती कल्पनेतच राहिली.

तिची पहिली मुलगी अरुणा भारतात आजी-आजोबांच्या छायेतच वाढली, कारण तेव्हा विश्वास इथं उच्च शिक्षणासाठी आला होता आणि तनुजा अरुणाला घेऊन माहेरीच राहत होती. त्यामुळे तिला त्यांचा आणि त्यांना तिचा हरकामात आधार वाटत होता. विश्वासने वर्षातच तनुजाला बोलावून घेतलं, पण अजून दोनेक वर्षं तरी त्याच्या नोकरीची शाश्वती नसल्यामुळे पहिल्यांदा तिनेच फक्त जायचं ठरलं.

अरुणा नुकतीच आजोबांचं बोट धरून पहिलीत जाऊ लागली होती, मोठ्या प्रयासानं पुण्याच्या चांगल्या शाळेत मिळालेला प्रवेश सोडून अरुणाला तिथे माहीत नसलेल्या वातावरणात न्यावं, असं कुणाचंच मत नव्हतं. शिवाय तिला आजीआजोबांची मुळातच इतकी सवय आणि लळा होता, की त्यांच्याकडे तिला ठेवून जाताना तनुजाला फारसा विचारच करावा लागला नाही.

मधला काळ फार भरकन गेला. विश्वासचं शिक्षण संपून नोकरी मिळवणं, सुहासचा जन्म, गाडी, घर आणि हॉस्पिटलमध्ये भागीदारी घेणं, इकडं राहण्याचा निर्णय घेणं, अरुणाला आपल्याजवळ राहायला आणणं आणि एवढ्यात बाबांचं रोगनिदान आणि निधन.

फास्ट स्पीडने लावलेल्या फिल्मसारखंच वाटत होतं हे सगळं तनुजाला. रोगनिदान झाल्यावरदेखील त्यांच्याकडे भेटायला आणि राहायला जायला मिळायला दोन वर्षं मध्ये गेली. शेवटच्या चार महिन्यांच्या पुण्यातल्या राहण्याच्या आठवणी आता फक्त कुरवाळायच्या. गेल्या बारा वर्षांत त्यापलीकडे बाबांचा सहवासच मिळाला नाही.

आपण आपल्या आईबाबांना अमरपट्टा घेऊन आलेले समजत होतो की काय कुणास ठाऊक. पण जन्मभर ज्या बाबांनी स्वत:ला मुलगा नसण्याची खंत केली नाही, आपल्या एकुलत्या एका मुलीला मुलासारखं शिक्षण दिलं, आपल्या नातीला स्वत:च्या पायावर उभं राहायला शिकवलं, त्यांच्या मरणानंतर तनुजाला राहूनराहून फार अपराधी वाटत होतं. बाबांचं नाव चालवणारं कुणी नाही, हे जरी जगरहाटीला धरून असलं तरी त्यांचा वारसा चालवणारा कुणीतरी हवा होता, असं तिला वाटत राहायचं.

या वाटण्याला काही अर्थ नाही, हे तिच्यासारख्या तर्कशास्त्राच्या प्राध्यापक बाईला कळत नव्हतं असं नाही. पण अलीकडे ती खूपदा विचार करत बसायची. आपल्याला एवढे महत्त्वाचे वाटणारे आपले बाबा गेल्यावर त्यांचं असं जगात काय राहिलं? त्यांची गणिताची आवड, फुलांची चित्रं काढण्याची आवड, संध्याकाळची मुरली वाजवत बसणं, एकटंच लांबवर फिरून येणं, येताना निरनिराळ्या आकाराचे दगड गोळा करणं आणि पक्षी निरखणं, यातलं काय आता आपल्याला कुणाच्यात सापडणार? आपल्यात त्यांचा बुद्धिवाद थोडा उतरला म्हटलं तरी तो काही एकट्या बाबांकडून आलेला नव्हे. कारण आईही बुद्धिवादीच आहे की.

खास बाबांचं असं काय त्यांच्यामागे उरतं? आणि आपल्यात आलेल्या किंवा आपल्या मुलीत उतरलेल्या त्यांच्या सवयी आठवूनही तिचं समाधान होत नसे. सुहास बाबांसारखाच एक मुलगा आहे. त्याने रंग, रूप, स्वभाव स्वत:च्या बापाचा घेतला तरी एखादी सवय तरी माझ्या बाबांची घ्यायला काय हरकत होती, असं ती स्वत:शीच म्हणत बसे.

असं तिला का वाटत होतं तिचं तिलाच कळत नव्हतं. जरी बाबांनी मुलगा नसण्याची खंत केली नाही, तरी त्यांत त्यांच्यावर अन्याय झाला, असं तनुजाला वाटत होतं का? की सुहासच्या जन्माची केवळ वार्ता ऐकून बाबांना जो आनंद झाला होता, एकुलत्या एक नातवाबद्दल त्यांच्या ज्या महत्त्वाकांक्षा होत्या, त्याला सुहासकडून जाणतेपणी काहीच प्रतिसाद दिला गेला नाही, म्हणून ही अपराधी भावना वाटत होती?

आपल्या लांब राहण्यापायी आजोबा आणि नातू एकमेकांजवळ राहू शकले नाहीत, जुन्या पिढीचे काहीच संस्कार पुढच्या पिढीवर होऊ शकले नाहीत, आपण आपल्या मुलाला त्याच्या हक्काच्या आजोबांपासून नकळत का होईना, पण दुरावलंच असं वाटूनही तिला पुन:पुन्हा अपराधी वाटत होतं.

मुलांचा ब्रेकफास्ट झाल्यावर सकाळी याच विमनस्क मन:स्थितीत तिनं स्वत:साठी चहा करायला घेतला आणि सहज फळीवरून शुगर-बोल ओढताना ते निसटून त्याच्या ठिकऱ्या झाल्या. आवाज ऐकून आत आलेल्या सुहासने काय झालं म्हणून विचारलं, गळ्यात दाटून आल्यामुळे काही न बोलता तिने शुगर-बोलकडे बोट दाखवलं.

सुहास म्हणाला, ''आई मी भरतो सगळं, तू जा.''

तेव्हा आपल्याला जे बोल इतकं आवडत होतं, ते फुटलं म्हणून दुसऱ्या कुणाला त्याच्याबद्दल काय वाटणार आहे, अशा विचारानं आणखीनच खिन्न होऊन ती किचनमधून बाहेर गेली आणि एकामागून एक काहीतरी काम काढून स्वत:च्या मनाला कामात गुंतवत राहिली.

काम संपवून तनुजाने फोटो लावायला काढले आणि त्यातही डोळे भरून येऊ लागले, म्हणून ती उठली.

सकाळी खाऊन झाल्यावर अरुणा तिच्या मैत्रिणीकडे दिवसभर गेली होती, तिथून तिला विश्वास संध्याकाळी येताना आपल्याबरोबर आणणार होता आणि सुहास दुपारी सायकलवरून लायब्ररीमध्ये आणि नंतर मित्राकडे बर्थडे पार्टीला गेला होता, तो एव्हाना यायला हवा होता.

दारात सायकल वाजली, सुहास परतला होता. भरलेले डोळे त्याला दिसू नयेत म्हणून तनुजा उठली आणि दाराचा आवाज झाल्याबरोबर वरूनच "सुहास, मी शॉवर घेतेय रे, बाबा एवढ्यात येतील, तू तयारी करून बस हं, मी आलेच," म्हणत बाथरूममध्ये गेली.

त्यानंतर अंघोळ उरकून ती बाहेर आली तोवर विश्वास आला, मुलांना घेऊन ती दोघं कोरियन रेस्टॉरंटमध्ये गेली, आवडीचं जेवण चापून रात्री उशिरा परतली आणि दुसऱ्या दिवशी कामाचा दिवस म्हणून लगेच झोपून गेली.

दुसऱ्या दिवशी सकाळी उठून चहा करायला आल्यावर सवयीने तनुजाने बसल्या जागेवरून शुगर-बोलच्या रिकाम्या जागेला हात घातला आणि चटका बसल्यासारखा मागे घेतला. पुन्हा तिचे डोळे भरून आले.

पंचेचाळीस वर्षांच्या बाबांच्या सहवासानंतर पुण्यात एकट्या पडलेल्या आपल्या आईला घरीदारी अशा किती रिकाम्या जागांचा जाच सहन करत राहायला लागत असेल, असा चरचरीत विचार करत तिनं साखरेचा मोठा डबा काढायला कपाट उघडलं आणि त्याच्या शेजारच्या फळीवर दिसणारं गोलगोमटं शुगर-बोल बघून ती चांगलीच चक्रावली. आपण भ्रमिष्ट झालो की काय, म्हणत तिने त्या काल ठिकऱ्या झालेल्या शुगर-बोलसारख्याच दिसणाऱ्या वस्तूला हात लावला.

नाही, तेच ते. तिचं जुनंच शुगर-बोल तिथं आरामात बसलं होतं. मग काल आपल्या डोळ्यादेखत ठिकऱ्या झाल्या त्या कशाच्या? बुचकळ्यात पडून ती मागे वळली तर सुहास तिच्यामागे येऊन उभा राहिला होता आणि त्याच्या दोन्ही कानापर्यंत पसरलेलं रुंद हसू तिच्या डोळ्यांतही मावत नव्हतं.

"हाय मॉम, व्हॉट डू यू थिंक अव्ह दिस?" त्यानं प्रश्न केला.

तिला अजूनही प्रकाश पडल्यासारखं वाटत नव्हतं.

"हे कुठून आलं रे इथे?"

"अगं, असं काय बघतेस भूत दिसल्यासारखं? मी जुळवलं ते पुन्हा."

"काय म्हणतोस!"

"अगं, असं काय बघतेस भूत दिसल्यासारखं? मी जुळवलं ते पुन्हा."

मग मात्र ती हसत सुटली. मराठीची "काय म्हणतोस!" ही बोलण्यातली

लकब वाच्यार्थाने घेणारा आणि बोललेलं वाक्यन्‌वाक्य उत्तरादाखल पुन्हा म्हणून दाखवणारा तिचा कॅनेडियन मुलगा जितका तिच्या पुढ्यात खरा उभा होता, तितकंच ते फळीवर बसलेलं त्याने जुळवलेलं शुगर-बोल खरं होतं.

"मॉम, आय नो इटीज अ बिट लेट, बट धिस इज माय प्रेझेंट टू यू फर यर बर्थडे अँड मॉम्स डे."

"थँक्स! पण सोन्या, हे केलंस कसं तू? कमीतकमी पंधरा तरी ठिकऱ्या झाल्या होत्या त्याच्या."

"क्रेझी ग्लू!" एवढंच उत्तर देऊन सुहास खाण्यात गुंतला.

हातातोंडाची गाठ घालण्यात गुंतलेल्या मुलाकडून यापलीकडे कळण्याची आशा नव्हतीच, पण तनुजा एकदम हसली.

मुलाकडे पाहतापाहता तिला दुसराच एक भास झाला. पुण्यातल्या घरात जेवणाच्या टेबलाजवळ बसून, पसरलेल्या वृत्तपत्रांच्या घड्यांवर पडलेले बशीचे फुटके तुकडे एकेक उचलून घेऊन आगकाडीने ॲरलडाइटचे लेप देतदेत बशा जोडणारे बाबा तिला आठवले.

घरात काहीही काचेचं तुटलं, फुटलं, तर आईला ते फेकू न देता, दोन आण्याच्या बशीला जोडण्यासाठी अडीच रुपयांची ट्यूब विकत आणणारे आणि मोठ्या कौतुकाने जोडून दुरूस्त केलेल्या वस्तू वापरणारे बाबा तिला सुहासच्या त्या हसणाऱ्या डोळ्यांत लख्ख दिसले आणि इतके दिवस मनात जमणारी अभ्रं एकाएकी पडलेल्या उन्हानं पळवून लावल्यासारखं प्रसन्न वाटलं तनुजाला.

*

निर्णय

लक्ष्मी वॉर्डरोबमधून छोटी सूटकेस काढून घेत होती, तेवढ्यात फोन वाजला. लक्ष्मीला वाटलं की, हरिहरनच्या सेक्रेटरीचा असणार, पण फोन क्रायसिस सेंटरचा होता. मिसेस मायरहॉफ विचारत होती की, आज दुपारी दोनपासून लक्ष्मी सेंटरवर येऊ शकेल का? कारण बाकीच्या स्वयंसेविकांपैकी कुणालाच आज दुपारी वेळ नाहीय. लक्ष्मीनं चटकन 'हो' म्हणून सांगितलं.

हरिहरनचं विमान सकाळी अकराला टोरांटोकडे जाणार होतं, तो गेल्यावर लक्ष्मी मोकळीच असणार होती. मिसेस मायरहॉफनं तिला भरभरून थँक्स दिले. तिच्या वृद्ध आवाजातला सुटकेचा निःश्वास लक्ष्मीला चांगला जाणवला. आपल्या केवळ जवळ असण्यानं कुणाला तरी बरं वाटणार आहे, आपल्या तिथं असण्यावर काही जीवांचं सुखदुःख अवलंबून असणार आहे, ही जाणीव मोठी सुखद होती.

सूटकेस बिछान्यावर ठेवून लक्ष्मीनं ती उघडली आणि आता ती हरिहरनचे कपडे त्यात भरणार, एवढ्यात पुन्हा फोन वाजला. आता हरिहरनची सेक्रेटरीच होती. ती फोनवर काय म्हणणार, हे लक्ष्मीला माहितीच होतं.

गेली बारा वर्षं असे अनेक फोन तिनं घेतले होते. फोन कानाशी धरून लक्ष्मी सेक्रेटरीचे शब्द पाठ म्हटल्याप्रमाणे तोंड वेडंवाकडं करत होती, ते स्वतःचं तोंड तिला बेडरूमच्या उघड्या दारातून आतल्या बाथरूममधल्या आरशात दिसत होतं, पण हसण्याचंही त्राण आज तिच्यात राहिलं नव्हतं.

फोन संपवून लक्ष्मी पुन्हा पलंगाजवळ आली अन् थोडा वेळ त्या आ

वासलेल्या रिकाम्या बॅगेकडे बघत तशीच उभी राहिली. आपलं यापुढचं आयुष्यच आ वासून जांभई देतंय, असं तिला त्या बॅगेकडे बघताबघता वाटलं आणि मान झटकून, फटकन तिनं बॅगेचं झाकण लावून तो आ बंद केला.

हरिहरनच्या सेक्रेटरीनं नेहमीचाच निरोप दिला होता, 'डॉक्टर हॅरीहारान वॉंटेड मी टू रिमाइंड यू टू पॅक द मॉर्निंग पेपर्स. ही विल बी होम टू पिकप द सूटकेस ऑन हिज वे टू द एअरपोर्ट.'

लक्ष्मीला एव्हाना या नेमस्तपणाची सवय व्हायला हवी होती. लग्नाला बारा वर्षं झाल्यावर आणखी काय व्हायचं असतं? पण सवय होत नव्हती. गेल्या बारा वर्षांत हरिहरनच्या छोट्यामोठ्या प्रवासांसाठी अशा किती बॅगा तिनं भरल्या होत्या. एकदाही चूक केली नव्हती आणि तरी हरिहरन सेक्रेटरीला सांगून तिला पुन्हा एकदा निरोप पाठवायला विसरत नव्हता. केवढा अविश्वास! पण लक्ष्मीनं सांगूनही हरिहरनला यांत लक्ष्मीवर आपण अविश्वास दाखवतोय, तिच्या बुद्धीचा अपमान करतोय, असं मुळीच वाटलं नसतं. त्याच्या दृष्टीने ही चाकोरी होती.

डबलचेक, रिमाइंडर्स, मेमोज्, सगळा एक्झिक्युटिव्ह आयुष्यातला ठरीवपणा हरिहरनच्या पाचवीला पुजला होता. घर आणि ऑफिस यात त्याला फरक वाटत नसे. त्याच्या दृष्टीनं टेबलावरच्या कॉम्प्युटरसारखीच घरातली लक्ष्मीची जागा ठरलेली होती, तिचं रोजचं कर्तव्य ठरलेलं होतं. तेवढं व्यवस्थित झालं की, त्याची काही तक्रार नव्हती. तिने आपला उरलेला वेळ कसाही घालवला, तरी तो तिला जाब विचारायला येत नसे. एवढं स्वातंत्र्य असल्यावर बाईला आणखी काय पाहिजे असतं?

'बारा वर्षं म्हणजे एक तप म्हणतात, खरोखरच आपण हरिहरनच्या सहवासात एक तप काढलं का?' लक्ष्मी विचार करत होती.

'काय केलं आपण बारा वर्षांत?' जमाखर्च मांडत होती. जमेच्या बाजूला खडखडाट होता. इथे सगळी रोजची कामं ठरलेली होती, जेवण्याखाण्यावर, घराच्या साफसफाईवर, तिचा फारसा वेळ जात नसे.

घरात दोघंच असल्यामुळे एकदा हरिहरन विद्यापीठात गेला, की लक्ष्मीला करायला फारसं नसे. तो घरात असतानादेखील तिच्याशी त्याचं बोलणं फारच कमी होतं. काय बोलणार रोज रोज? मधूनमधून लक्ष्मीच बोलायचा प्रयत्न करायची, पण तिचा तिलाच त्यातला व्यर्थपणा जाणवे. कारण तिच्या बोलण्यात जवळपासच्या माणसांच्या आयुष्यांतल्या छोट्यामोठ्या गोष्टींबद्दल तपशील येत, पण जागतिक महत्त्वाचं असं त्यात काही नसे आणि हरिहरनला जागतिक महत्त्वाच्या बातम्यातच रस होता.

जेवणाच्या टेबलावरच काय तो नवराबायकोच्या संवादाचा प्रसंग, त्यातही

हातातल्या पेपरमध्ये त्याचे डोळे लागलेले असत आणि कान रेडिओवरच्या न्यूजकडे. तोंडात लक्ष्मीच्या सुग्रास जेवणाचा तोबरा केवळ हातातोंडाला पडलेल्या सवयीमुळे भरला जात असे, पण लक्ष सगळं जगाकडे. त्यामुळे लक्ष्मीला अलीकडे आपण बोलूच नये, असं वाटायचं.

हरिहरनची तिच्याबद्दल काही तक्रार नव्हती. तो तिला वाईट वागवत होता, असंही तिऱ्हाइताला म्हणता आलं नसतं. इकॉनॉमिक्सचा प्राध्यापक म्हणून त्याला कॅनडातल्या या विद्यापीठात बऱ्यापैकी नोकरी होती, अनेक कमिट्यांवर कामं करून विद्यापीठातल्या अंतर्गत कारभारात त्यानं नाव मिळवलं होतं, वर्षाकाठी काही परिषदांना जाऊन 'पंडितमैत्री, सभेत संचार' हेही नित्यकर्म तो नेमाने पार पाडत होता.

तिला घर होतं, बऱ्यापैकी पैसा होता आणि रोज वापरायला गाडी होती. मुलंबाळं नव्हती, पण त्याबद्दल नवऱ्यानं कधी टोकलं नाही. नवऱ्याचा जाच म्हणावा, तर तसा काही नव्हता. हरिहरन विद्यापीठात असला, तरी रोज बायकोला फोन करायला विसरत नसे. दुपारी बारा पस्तीसला तास संपवून ऑफिसात पोहचताच त्याचा रोज घरी फोन यायचा. अर्थात त्यातसुद्धा, 'आज माझ्यासाठी कुणाचे फोन आले होते का? काही कामाची पत्रं?' या दोन प्रश्नांपलीकडे काही नसे.

लक्ष्मीला हरिहरनचा कार्यक्रम पाठ होता, त्यात गेल्या बारा वर्षांत फारसा बदल नव्हता. तो आजारीही पडत नसे. सकाळचं जॉगिंग, ब्रेकफास्टच्या वेळी कानाशी रेडिओवरील बातम्या आणि हातात वृत्तपत्र, मग सकाळचे विद्यापीठातले शिकवण्याचे तास आणि ऑफिस अवर्स, दुपारी दोन वाजता ऑफिसमधल्या दिवाणावर बरोबर पंधरा मिनिटांची डुलकी, तीन वाजता फॅकल्टी क्लबात जाऊन कॉफी, त्यानंतर पत्रव्यवहार, कमिट्यांची कामं, संध्याकाळी जेवताना पुन्हा संध्याकाळच्या वृत्तपत्रांचं वाचन, जेवणानंतर स्टडीतल्या कॉम्प्युटरच्या पुढ्यात संशोधन-लेखन, रात्री दहा वाजता टी.व्ही. वरची नॅशनल न्यूज, हे सगळं गेली कित्येक वर्षं ठरलेलं होतं. सहा महिन्यातून एकदा दंतवैद्याकडे चेकप, वर्षांतून एकदा फॅमिली डॉक्टरकडे फेरी.

विचारांनी थकून बिछान्यावर बसताबसता तिला जाणवलं, की महिन्यातून किती वेळा बायकोशी संग करायचा, तेदेखील ठरलेलं होतं. त्यात बदल झालाच तर फक्त परिषदेला जाण्यापूर्वी व्हायचा.

बिछान्यावर लक्ष्मीने त्याचं नेण्याचं सामान आधीच काढून ठेवलं होतं. दोन दिवसांसाठी हवे तेवढे कपडे आणि हातचा एक सूट, दाढीसामानाची छोटीशी बॅग त्यातल्या आफ्टरशेव्ह आणि लोशनसकट, त्याच्या परिषदेत वाचायच्या पेपरची

त्यानं स्वत:च भरून ठेवलेली फाईल आणि शिवाय ताजं वृत्तपत्र. एक वेळ हरिहरन स्वत:चं नाव विसरेल, पण वृत्तपत्र वाचायला विसरणार नाही. विमानातूनच परिषदांना जाणार, पण विमानात सहप्रवाशांनी घेतल्यामुळे आपल्याला वाचायला मिळाला नाही तर गैरसोय नको, म्हणून घरून ताजा पेपर घेऊन जाणार. घरीदेखील त्याचं वृत्तपत्रवाचन लक्ष्मीच्या दिवसांना व्यापून होतं.

लक्ष्मीला भारतात असताना सकाळी देवघरांतून म्हटल्या जाणाऱ्या वेंकटेशस्तोत्रानं जाग यायची सवय होती, सकाळची प्रसन्न वेळ संगीतानं, संस्कृत शब्दोच्चारांनी कशी पावन झाल्यासारखं वाटायचं, पण लग्न करून इथं आल्यापासून सकाळचे सनईचे सूर, वेंकटेशस्तोत्र वगैरे सगळं विसरावंच लागलं होतं.

जाग येतायेताच हरिहरन उशाजवळचा रेडिओ ऑन करायचा. सहाच्या पहिल्या बातम्यांची एक फैर. जॉगिंगला जाताना त्याच्या कानाशी वॉकमन चिकटलेला असेच. सकाळच्या नाश्त्याच्या वेळी तिच्या कानावर सक्तीने पडत त्या राष्ट्रीय बातम्या आणि प्रादेशिक बातम्या.

रोज सकाळी इंग्लिश ऐकण्याबद्दल तिचं काही म्हणणं नव्हतं. इंग्लिश लिटरेचर हा तिचा विषयच होता, पण भल्या पहाटे उठून कुणी कुणावर बलात्कार केला आणि कुठे अपघातात किती लोक दगावले, हे ऐकताना तिची सकाळची कॉफी अधिकच कडवट व्हायची. सगळ्या दिवसावर अमंगळ सावट पसरल्यासारखं तिला वाटायचं. बातम्यांमध्ये युद्धं, मारामाऱ्या, संप, गोळीबार, भूकंप, पूर, दरोडे, दुष्काळ, उपासमार, बलात्कार यातलं काही नाही, असं एकही दिवस होत नसे. आवडतं संगीत नसलं तर राहिलं, निदान दोघांनी शांतपणानं किंवा एकमेकांशी गप्पा मारतमारत दिवसाला सुरुवात करावी, असं तिला वाटे.

तिनं पहिल्यापहिल्याने आपली ही भावना हरिहरनला सांगून पाहिली होती, पण त्याला ते समजलं नव्हतं. दिवसाच्या चोवीस तासांपैकी ज्या ज्या वेळी एका दमात चार कामं करता येतील, ती करायचा त्याचा प्रघात होता.

''धिस इज इकानामी अफ टाईम, माय डियर'' असं त्यानं तिला उत्तर दिलं होतं. रेडिओ बंद होत नाही, हे पाहून लक्ष्मीनं स्वत:चे कान बंद करण्याची सवय लावून घेतली होती.

लक्ष्मीला बाकी लोकांच्यात रस नव्हता, असं नाही. पण ज्या लोकांच्या आयुष्यात आपण काही मदत, बदल करू शकतो, त्या वर्तुळातल्या बातम्या तिला ऐकाव्याशा वाटत. ज्यात आपल्याला काडीइतकीही सत्ता नाही, अशा जागतिक बातम्यांच्या अखंडपाठात तिला भयानक असह्य वाटे.

इथं आल्यापासून तिनं शेजाऱ्यांशी ओळखी करायचा प्रयत्न केला, पण आसपासच्या सगळ्यांना मुलं होती आणि त्यांची आयुष्यं मुलांची शाळांतून, स्विमिंग क्लबातून,

खेळायच्या मैदानावरून ने-आण करण्यात बांधलेली असायची. लक्ष्मीच्या पुढे दिवस रिकामा पडलेला असायचा.

स्वत:चं सगळं आन्हिक बायकोनं व्यवस्थितपणे केल्यावर तिचा तिनं कसाही वेळ घालवावा, हरिहरनची त्याला ना नव्हती. लायब्ररीतून पुस्तकं आणून वाच वाच वाचली, तरी वाचलेल्या चांगल्या पुस्तकांबद्दल बोलणार कुणाशी?

हरिहरन अनेकदा अभिमानानं सांगायचा की, गेल्या कित्येक वर्षांत त्यानं एकही कादंबरी वाचलेली नाही. 'नो टाईम फर लाइट रीडिंग,' असं त्याचं घोषवाक्य होतं, ते एकून काही पार्ट्यांमध्ये लोक त्याच्या कामसूपणाचं तोंडावर कौतुक करत.

लक्ष्मीला त्या कौतुकाची सवय होती आणि त्यातला पोकळपणाही जाणवत होता. सलमन रशदीचं 'सटॅनिक व्हर्सेस' वाचून ती कितीतरी दिवस थरारून, भारून गेली होती. हरिहरनला त्यातला थरार सांगावा, असं वाटूनही त्याच्या बांधील दिवसाच्या शिस्तीत तिला ते जमलं नव्हतं आणि पुस्तक प्रकाशित झाल्यानंतर जवळजवळ वर्षानं त्याच्याबद्दलचा खोमीनीचा आरडाओरडा बातम्यांमध्ये ऐकून त्याने तिला म्हटलं होतं, 'हाव कॅन एनीवन गेट सो एक्सायटेड अबाउट अ मीअर नाऽव्हेल?' तेव्हा ती मनातल्या मनात हसली होती. रूळच वेगळे होते, त्याला तो तरी काय करणार?

आज बॅग भरताभरता तिचा हात पुन:पुन्हा थांबत होता, मघाच्या पहिल्या फोनची हाक तिला पुन:पुन्हा ऐकू येत होती. क्रायसिस सेंटरवर स्वयंसेविका म्हणून काम करायला लागून लक्ष्मीला वर्ष झालं होतं. हरिहरनला हे अजून माहीतदेखील नव्हतं. दिवसभर लक्ष्मी काय करते हे तो कधी विचारत नसे आणि पहिल्यापहिल्याने ती त्याला सांगत असे, पण त्याच्या बोलण्यातली अनास्था पाहूनपाहून अलीकडे तीही त्याला आपणहून स्वत:बद्दल काही सांगायला जात नसे.

त्याच्या दिवसाच्या कार्यक्रमात तिच्या तिथे जाण्यामुळे काहीदेखील खंड पडला नव्हता. दुपारचा त्याचा फोन येऊन गेल्यावर ती तिथे जायची आणि तीन तास काम करून घरी परतल्यावरदेखील तिला त्याच्या संध्याकाळच्या आन्हिकाची तयारी करायला भरपूर वेळ मिळायचा. तिच्या आयुष्यात मात्र त्या कामामुळे भरपूर फरक पडत चालला होता.

आपल्याहून सर्वस्वी वेगळ्या पद्धतीनं जगणाऱ्या लोकांच्या आयुष्यातल्या अनेक खाचखळग्यांची, भयानक निराशेची, आत्यंतिक अभावांची तिला जवळून ओळख होत होती आणि सगळं सोसूनही माणसाची जिजीविषा किती चिवट असते, याचीही तिला नव्यानंच जाणीव होत होती. निव्वळ फोनवरून पलीकडल्या माणसाशी किती जवळीक साधता येते, याचं तिला पहिल्या काही दिवसांत फार नवल वाटलं होतं. बारा वर्षं ज्या माणसाची अर्धांगी म्हणून काढली, त्याच्या प्रत्यक्ष सहवासातही

तिला जे मिळालं नव्हतं, ते ती फक्त फोनवरून बोलून अनेकांना स्वत: देऊ शकत होती. काही फोन मध्येच तुटत आणि तिला अपराधी वाटे, पण कित्येकांना फक्त कुणीतरी आपलं गाऱ्हाणं ऐकायला हवं असे, एकटेपणावर उतारा हवा असे.

तिच्या सौम्य, मऊ आवाजातल्या आर्जवामुळे कित्येकांच्या दुखऱ्या मनावर फुंकर घातली जात होती. कित्येकांच्या आयुष्यात काडीचा का होईना, आधार मिळत होता.

तिनं घड्याळात पाहिलं. हरिहरन थोड्याच वेळात विद्यापीठातून विमानतळाकडे जायला निघणार. घरी आल्याआल्या तो फक्त बॅग उचलणार आणि जाणार. बॅग भरून झालीच होती, फक्त आजचं वृत्तपत्र घालायचं होतं. वृत्तपत्र हातात घेऊन तिनं त्याच्याकडे नजर टाकली. इराकने कुवेत बळकावल्याची बातमी पहिल्याच पानावर होती. रडणाऱ्या कुवेती बायांचे फोटोही होते. एकाएकी लक्ष्मीला त्या छोट्या, स्वत्व हरवलेल्या राष्ट्राबद्दल फार कणव आली आणि त्या उमाळ्यासरशी तिनं बॅगेत भरलेले हरिहरनचे कपडे, दाढीसामान वगैरे फसाफस उपसून बाहेर काढलं.

बॅग रिकामी केली. खाली गराजमध्ये तरातरा जाऊन तिनं रद्दीतली हाताला लागली ती वृत्तपत्रांची चवड वर आणली, हरिहरनच्या बॅगेत तिनं ती जुनी वृत्तपत्रंच एकावर एक रचली, सगळ्यांत वर फक्त आजचं ताजं वृत्तपत्र पसरून घातलं आणि अशी फक्त कागदांनी भरलेली ती बॅग बंद करून खाली आणून ठेवली, 'इकानामिस्ट स्ट्रँडेड ड्यु टू वाइफ्स मिसचिफ' - वृत्तपत्रात अजून न झळकलेल्या हेडलाइन्स तिनं कल्पनेनं वाचल्या.

हरिहरन जेव्हा विमानात बॅग उघडेल तेव्हा काय होईल, या कल्पनेपेक्षा हा वृत्तान्त जर वृत्तपत्रात आला तर तो ते वृत्तपत्र कसं वाचेल, या कल्पनेनं तिला हसू फुटलं.

त्यानंतर तिनं वार्डरोबमधून आणखी एक बॅग काढली, त्यात स्वत:चे काही कपडे भराभरा भरले, आवडती पुस्तकं भरली आणि तीही बॅग पूर्ण भरून बिछान्यावर ठेवली. एवढ्यात खाली गराजचा दरवाजा उघडण्याचा खर्जातला आवाज आला.

हरिहरनने गाडीतून येतायेता हातातल्या गराज ओपनरची कळ दाबून गराजचा दरवाजा उघडला होता. लक्ष्मी त्याची नुकतीच भरलेली बॅग घेऊन खाली आली आणि गराजच्या दाराशी नेहमीप्रमाणे तयार राहिली.

त्याच्या हातातल्या बटनानं उघडलं जाणाऱ्या, त्याच्या गरजेनुसार उघडणाऱ्या आणि बंद होणाऱ्या, त्याच्या आत येण्यासाठी तयार राहिलेल्या बथ्थड गराजशी स्वत:चं काहीतरी अजोड नातं आहे, असं लक्ष्मीला वाटलं आणि तिच्या अंगावर सरसरून काटा आला.

हरिहरनची गाडी आत आली, तो त्यात बसूनच होता. दुसऱ्या बाजूचं दार उघडून लक्ष्मीनं बॅग त्याच्या शेजारच्या सीटवर ठेवली.

'होप यू डिडन्ट फरगेट द पेपर.' तो म्हणाला.

तिनं मुकाट्याने मान हालवली.

दार लावून घेऊन त्यानं चालूच असलेली गाडी पुन्हा मागं आणली आणि तो विमानतळाकडे निघून गेला. लक्ष्मी वळली, वर जाऊन तिनं आपली बॅग उचलली, स्वत:च्या गाडीत घातली आणि घराला कुलूप लावून ती क्रायसिस सेंटरच्या दिशेनं निघाली.

*

पाठराखीण

शोभा

लग्न झाल्यापासून आत्तापर्यंत मी बरीच थापेबाजी पचवली. 'आपलेच दात आपलेच ओठ' म्हणाले. 'दिसतं तसं नसतं' म्हणाले. पण आता मात्र कहर झाला. आता मला काय करावं, कुणाला सांगावं ते कळत नाय. माहेर लांब, सासर परकं, एकुलता एक आधार नंदूताईचा. लग्न करून इकडे आल्यापासून ही माझी नणंदच माझी पाठराखीण आहे.

अमेरिकेत कसं वागायचं, कसं चालायचं, सगळं तिनंच मला शिकवलंय. तिलाच गाठलं पाहिजे, पण तिच्याशी हे बोलायला माझा धीरच होत नाय. तिला माहीत आहे का नाही, देव जाणे. माहीत असलं आणि मी बोलून तिचं मन दुखावलं तरी पंचाईत आणि माहीत नसलं आणि माझ्या बोलण्यानं तिला राग आला तर मग मला कुणाचाच आधार नाय. धरलं तर चावतं आणि सोडलं तर पळतं म्हणतात ना, ती गत.

तुम्ही म्हणाल, थापेबाजी कसली?

बरीच लांबलचक गोष्ट आहे. पहिल्यापासून सांगते, माहेरची मी गरीब घरातली. म्हंजे पैशानं गरीब हो, मनानं नव्हे. माझ्या माहेरची श्रीमंती कळायला सुपाएवढी मनं हवीत, पण पैशाची बाजू म्हणाल तर सदा तोकडीच, निदान बाबा वारल्यापासून. म्हंजे बघा, मी आठवीत होते तेव्हापासून. बाबा होते तवर त्यांच्या जीवावर खूप

उड्या होत्या आमच्या. मी जे. जे. आर्ट स्कुलामध्ये जाऊन चित्रकार होणार होते, ताई डॉक्टर होणार म्हणायची, माईला संगीत शिकायचं होतं आणि धाकट्या दोघींना इंजिनियर करायचं होतं बाबांना.

पाच मुली आणि एकच मुलगा. तेव्हा नानूबद्दल तर काय, 'आकांक्षापुढति जिथे गगन ठेंगणे,' ही ओळ म्हटली म्हणजे त्यात सगळं आलं. पण हृदय बंद पडून बाबा गेले आणि एका दिवसात होत्याचं नव्हतं झालं. आईजवळ स्वयंपाकापलीकडं कसलंच शिक्षण नव्हतं. घराण्याची लाज आणि पोरांना सांभाळणं यापायी ती कुठं कमवायला जाऊही शकत नव्हती. बाबा गेल्यावर आईनं आमची शाळा बंदच करून टाकली. जे काय पैशे होते ते नानूच्या शिक्षणासाठी जपत होती ती. वंशाचा दिवा तेवत राहायला हवा ना? तशी मी घरात बसले. गिरगावातल्या चाळीत इकडंतिकडं जाऊन जे काय फुकटात शिकायला मिळे तेवढं शिकत होते. कुठं प्लास्टिकच्या पट्ट्यांच्या पिशव्या कर, कुठं भरतकाम करायला शीक, कुठं पातळांवर रंगकाम कर, नाहीतर रांगोळ्यांच्या स्पर्धांत भाग घे, इथवरच मजल.

आईला आमच्या लग्नाची चिंता पडलेली. ह्याच्या त्याच्या हातापाया पडून कशीबशी वरच्या दोघींची लग्नं उरकली. माझ्यासाठी माईच्या दिराच्या मित्राचं स्थळ माईनं सुचवलं. आईनं सगळं तिच्याच वर सोपवलं. हा मित्र अमेरिकेत होता म्हणे चार वर्षं, आता नुकताच पुन्हा आला होता. जाताना दोनाचे चार करून जाणार होता. त्याचं घर होतं कोकणात, वडील बरीच वर्षं विधुर होते, दोघे लहान दीर शिकत होते आणि थोरली बहीण लग्न करून अमेरिकेतच राहत होती. त्या बहिणीनेच याला नेला तिकडं आणि नोकरीपण लावून दिली म्हणे. मोटार कारखान्यात आर्किटेक्ट होता म्हणे! स्वत:चं घर, गाडी, सगळं काही होतं.

अमेरिका म्हटल्यावर आईचे डोळे पांढरे झाले. 'एवढी मोठी उडी कशी झेपणार?' म्हणाली. पण माई म्हणाली, त्याच्या मनात जातीतल्याच मुलीशी लग्न करायचंय आणि त्याला गोरीगोमटी, घर सांभाळणारी, कलाकुसरीची आवड असणारीच मुलगी पाहिजे. त्याला आपली शोभा नक्की पसंत पडेल आणि कसं कोण जाणे, बघताबघता मला हळद लागली, मंगळसूत्रामागोमाग पासपोर्टचा टिळा लागला आणि मी नवऱ्यामागोमाग अमेरिकेत आलेसुद्धा.

इथं आल्यावर हळूहळू एकेक थापा उघडकीला यायला लागल्या. आता गेली पाच वर्षं मी बघतेय ना. आधी कायकाय सांगितलं होतं! म्हणे आर्किटेक्ट आहे. मोटार कारखान्यात एवढा पगार आहे, स्वत:चं घर आहे, मोटार आहे, यंव आणि त्यंव. बघायला गेलं तर अर्धं खरं आणि अर्धं खोटं. म्हणजे मोटार कारखान्यात कामाला होता नवरा माझा, पण आर्किटेक्टची डिग्रीच नव्हती त्याला, तो साधा ड्राफ्ट्समन म्हणून लागला होता आणि तोसुद्धा नंदूताईच्या नवऱ्याच्या, म्हंजे

आमच्या भाईसायबांच्या सांगण्यानं. ते होते मेक्यानिक त्या कारखान्यात. त्यामुळे तसा ह्याच्या नोकरीचा भरवसा काहीच नाही. अमेरिकेत मी आल्यापासनं पाहत होते, धडाधड नोकऱ्या गायब व्हायच्या आणि त्यात भरडले जायचे खालच्या पायऱ्यांवरचे लोकच. मी आपली जीव मुठीत धरून आहे आजवर.

तुम्ही म्हणाल, 'खोटं म्हणून कळल्यावर गप्प का बसलीस?' काय करायचं सांगा. माहेर चंद्रमौळी. मला शिक्षण नाय. रूपागुणांवर हा नवरा मिळाला. मुंबईतलाच कुणी चाळकरी मिळता तरी कोंड्याचा मांडा केलाच असता मी, शिकवणच होती आमाला तशी.

सारखी त्या परिस्थितीशी तुलना व्हायचीच मनातल्या मनात. तेव्हा मूग गिळून गप्प बसले, झालं. तसं डोक्यावर छप्पर होतं आमच्या, बघायला गेलं तर चांगलं दुमजली घर होतं ते, पण त्याच्या बेसमेंटमध्ये (म्हंजे तळघरात) आमचा संसार होता आणि घराचे गुजराथी मालक वरच्या मजल्यावर राहत होते. आम्ही होतो भाडेकरूच, पण चाळीतल्या दोन खोल्यांपेक्षा हे घर नक्कीच मोठं होतं, तेव्हा मला तक्रार करायला जागा नव्हतीच.

तीच गत गाडीची. म्हंजे गाडी होती येजा करायला, पण ती जुनीच होती आणि तीदेखील बँकेचं कर्ज काढून घेतलेली होती. पगाराचा केवढातरी लचका तोडून दर महिन्याला त्या कर्जाचा हप्ता फेडायला लागायचा. इकडं म्हणे सगळेच कर्जावर गाड्या, घरंदेखील घेतात. आमच्या ओळखीच्या काहीकाहींच्या घरातलं तर फर्निचरदेखील कर्जाच्या हप्त्यांनी घेतलं जात होतं. नशीब, मी म्हटलं, आपल्या घरातल्या चार खुर्च्या, टेबल आणि बिछाने तरी नवऱ्याच्या कमाईतनं विकत घेतलेले आहेत ना, पुष्कळ झालं.

माझ्या माहेरी रोज रात्री गाद्या अंथरायच्या आणि सकाळी गुंडाळून भिंतीशी रचून ठेवायच्या तेव्हा घरात फिरायला जागा व्हायची, त्या मानानं इथं चक्क जाडजूड लाकडी पलंग होता, तो बराच म्हणायचा.

हळूहळू नवऱ्याची ओळख झाली तशी एकेक खुबी कळत गेली त्याच्या स्वभावातली. अबोलच होता, पण हातात कला होती. घराच्या भिंतींना स्वत: रंग द्यायचा, शिवाय दाराच्या चौकटीला वेलबुट्टी काढायचा. कारपेट व्हॅक्यूम करायचा तेसुद्धा गोलगोल नक्षी केल्यागत. फारसे मित्र नव्हते, पण बागेतले पक्षी तासन्‌तास बघायचा. त्यांना खायला घालायला एक छोटंसं लाकडी घरटं तयार केलं होतं त्यानं, ते बागेतल्या एका उंच झाडाला लावून ठेवलं होतं. रोज त्यात घातलेले दाणे टिपायला वेगवेगळे पक्षी येत. पक्ष्यांच्या कुटुंबाबद्दल सगळी माहिती होती त्याला.

येऊनजाऊन नंदूताईबरोबर संघष्टन, ती बाकी चुणचुणीत. माझा नवरा जितका अबोल तितकं तिला बोलायला पाहिजे. बँकेत कामाला होती. रोज तिचे फोन व्हायचे

आणि आठवड्यातनं एकदा तरी फेरी. तसे आणखीही दहा-बारा मराठी लोक होते, पण ते हाताच्या अंतरावर.

बाकी सोपा होता नवरा. लहानपणी आईवेगळा वाढला. त्यामुळे रोज गरमागरम पोळ्या, व्यवस्थित स्वयंपाक करून वाढला की, खूष व्हायचा. बाकी तसा मला काही त्रास नव्हता हो. नाहीतर अमेरिकेतून येऊन लगीन करून गेलेल्या नवऱ्यांच्या काहीकाही चित्तरकथा ऐकल्या होत्या की आम्ही. काय तर म्हणे कुणाची आधीची बायको असायची आणि नव्यानं नेलेली नवरी मोलकरीण व्हायची. तसलं काही वाट्याला आलं असतं तर काय केलं असतं मी?

माझा नवरा कामसू. स्वस्थ म्हणून बसायचा नाही. बाहेरचं काम करून आल्यावर घरामागच्या बागेत खुरपायचा, तिथं चार फुलझाडं लावली होती आणि उन्हाळ्यातल्या चांगल्या हवेत चार-आठ भाज्यापण काढायचा. मालकांनी बाग करायला परवानगी दिली होती, तेव्हा त्यांनापण भाज्या मिळायच्या बागेतल्या. आपल्याबरोबर मलापण राबायला सांगायचा, पण गिरगावात वाढले होते ना मी? मातीत हात भरवायला नकोच वाटायचं मला. त्यापेक्षा घरातली चार कामं आणखी उरकते म्हणायची मी.

पहिल्या तीन वर्षांत दोनदा पाळणे हालले घरात आणि नंतर माझा वेळ कसा गेला, मला कळलंच नाही. दोन राम-लक्ष्मण जन्माला आले आणि मी बघताबघता दोन मुलांची आई बनले. नंदूताई अजून सडीच होती, पण माझ्या मुलांचं सगळं कौतुक मन लावून करायची. ह्या सगळ्या गोंधळात चांगली पाच वर्षं उलटत आली तरी माहेरी जायला मिळालंच नाही मला. नवरा म्हणाला, इकडे सक्तीचे हप्ते भरतोच आहे इन्शुरन्सचे, तर बाळंतपण त्याच्यातनंच होईल, माहेरी काय करायचंय जाऊन? मलाही बरं वाटलं. आईला आणखी कर्जात घालण्यात काय राम? मनातल्या मनात नवऱ्याला औक्ष मागितलं.

तसा त्याचा हात पैशाला जरा आखडूनच असायचा, पण मला सगळंच भरपूर वाटत होतं माहेरच्या तुलनेनं, तेव्हा आनंद होता. आता इकडच्या बाकी संसारांशी तुलना केली म्हणजे उणं वाटायचं कधीकधी, पण मी गप्प बसायची. माझ्याआधी इकडं आलेल्या मराठी बायका स्वत: गाडी चालवायच्या, बाजारहाट करायच्या. एकेक जणी तर हार्ट फंड काय, कॅन्सर फंड काय, कशाकशाच्या नावानं दारोदार फिरून गोऱ्या लोकांकडूनदेखील पैसा गोळा करायच्या. धाडशी बाया होत्या त्या. माझं इंग्रजी तोकडं पडायचं आणि साधी रोजची ग्रोसरी (म्हणजे बाजार) करायलादेखील नवरा येईल तेव्हाच मी त्याच्याबरोबर जायची. त्याला कुठं काय स्वस्त मिळतं, कुठं सौदा चांगला होतो, याची बरोबर माहिती असे.

लांबलांबच्या मॉलमधली चार दुकानं हिंडून, स्वस्तात स्वस्त माल पदरात पाडून

आमची खरेदी उरकायची. वरचे मालक म्हणायचे पुष्कळदा की, ज्या काय चार पेन्या खरेदीत वाचवतोय त्या गाडीच्या गॅसमध्ये घालवतो तुझा नवरा. पण मला बाई काहीच कळायचं नाही. आधी मला आपलं वाटे की, भारतात गाड्या पेट्रोलवर चालतात त्या इथं गॅसवर कशा चालतील? मी म्हणायची की, अमेरिका फारच पुढारलेली दिसते. नंतर एक दिवस बाजार करून येताना सेल्फ सर्व्ह गॅस स्टेशनवर थांबलो. माझा नवरा अशाच ठिकाणी जायचा भरायला, कारण हाताने भरलं की तेवढेच चार पैशे वाचतात. मान वळवून पाहिलं काय भरतोय ते तर पेट्रोलच वाटलं आणि वासही तोच आला, त्यानं धार बंद करून पंप अडकवला तेव्हा. विचारलं तर म्हणाला, अर्थात पेट्रोलच आहे, पण त्याला इथं म्हणतात गॅसोलीन आणि त्याचा शॉर्टफार्म म्हणून म्हणायचं गॅस. हात्तिच्या, मयसभाच होती अमेरिका म्हणजे. सगळीच फसवेगिरी.

पण या फसवेगिरीचा आणि कद्रूपणाचा मला इथं अमेरिकेत फारसा त्रास होत नव्हता. नवीन संसार आणि पाठोपाठची मुलं यांच्यात गुंतून गेल्यामुळे फार विचार करायला वेळच मिळत नसे, पण पाच वर्षांनी आत्ता पहिल्यांदा भारतात जाऊन आले आणि माझं मनच ढवळून निघालं. खरं काय आणि खोटं काय कळेचना.

आमच्या नानूचं लगीन काढलं होतं आईने, म्हणून तिनं मला पत्र घालून बोलावलं, पण माझा नवरा काही लग्नाला आला नाही. तिनं म्हणे आपल्याला रीतसर (म्हणजे काय ते तोच जाणे!) बोलावणं केलं नाही, म्हणून विमानतळावरून मला न् दोन मुलांना लगीनघरात सोडून तो तडक कोकणात माझ्या सासऱ्यांकडे निघून गेला.

बिचारी आई कुठल्याशा कोपऱ्यात बसून चांगल्या दिवसांच्या आठवणी काढत होती. 'जावयबापू कसे आहेत, त्यांना बसवलंत ना नेऊन, मानपान करा हो,' वगैरे म्हणेपर्यंत तिला पत्ताच नव्हता याच्या करनकरीपणाचा. कळलं, तेव्हा कपाळाला हात लावला तिनं.

मी काय मनावर घेतलं नाय. कायकाय मनावर घेत बसणार? लग्न झाल्यापासून मूग गिळायची सवय झालीच होती मला. त्यात मला आपल्या माणसांच्यात येऊन पडल्याचा आनंद झाला होता, लगीन लागल्यावर मला कोकणात जायचंच होतं सासरी. मग आत्तापासनं कोण काळजी करत बसणार? म्हणून मी मस्त मिरवले लग्नात.

घरखर्चाच्या पैशातून वाचवलेल्या डॉलर्समधून मी नंदूताईबरोबर गुपचूप जाऊन तिच्या बँकेतनं सोन्याच्या चिपा घेऊन ठेवल्या होत्या, त्यातली एक भावाला घातली आणि दोन आईच्या स्वाधीन केल्या धाकट्या दोघींच्या लग्नासाठी म्हणून.

अमेरिकेतून आलेली म्हणून माझा भाव ताईमाईपेक्षा वधारला होताच. शिवाय

त्यांना दोन आणि तीन मुलीच होत्या आणि माझेच फक्त मुलगे तेव्हा तीही भरच. धाकट्या दोघी बहिणी भाचरांना खेळवण्यात दंग होत्या. बाकी सगळ्यांना तिकडच्या गोष्टी ऐकण्यात रस होता, तीन-चार दिवस कसे संपले कळलंच नाय.

गावी जाण्यापूर्वी मला नवऱ्यानं दोन चांगली नऊवार लुगडी घेऊन यायला सांगितलं होतं. पैसे ठेवले होते माझ्यापाशी. कुणासाठी ते बोलला नाय. मला वाटलं असेल कुणी मायेची आत्या नाहीतर मावशी. मी आईच्या पसंतीनं दोन चांगली घसघशीत इंदुरी लुगडी घेतली न् गेले.

गावी आल्याआल्या जरा जडच गेलं माझ्या लेकांना. खेळायला कोण नाय, सगळी अनोळखी माणसं. घरात सासरे, दोघं दीर आणि एक नवी जाऊ एवढीच माणसं आणि एक बाया म्हणून मोलकरीण होती. जवळच राहायची, सबंध दिवस ती आमच्या घरात कामात असायची, फक्त रात्रीची स्वत:च्या खोपटात जायची. टक लावूनलावून तिच्यासकट सगळे जण आमच्या कपड्यांना बघत, आमचं बोलणं ऐकत त्यामुळे मला धरूनधरूनच होते बिचारे माझे मुलगे.

माझी ही सासरची पहिलीच खेप. लग्न घाईघाईनंच झालं होतं, ते मुंबईतच झालं, त्याला गावाहून सासरे आणि धाकटे दीर आले होते, तेवढीच त्यांची भेट. त्यानंतर आम्ही साता समुद्रापल्याड. त्यामुळे पत्रातनंच माहिती कळे.

माझ्या नवऱ्यानंच पैसे पाठवले होते दोन वर्षांपूर्वी एका दीराच्या लग्नाला. ती नवी जाऊ घरात होती, पण ती तर बाई पातळात होती आणि सासू तर नव्हतीच. आसपासही कुणी मावशी, आत्या म्हणण्यासारखी दिसेना. मग ती लुगडी कुणासाठी? मला काय कळेना.

दोन दिवस नवरा काहीच बोलला नाय. रोज उठून कुळागरातनं फिरून यायचा. जुन्या मित्रांना भेटल्यागत झाडामाडांशी उरातलं बोलून यायचा वाटतं. शेवटी मी विचारलंच की ती लुगडी कुणासाठी आणायला सांगितली म्हणून.

तशी म्हणाला, "ती बायासाठी आहेत. दे तिला नेऊन आणि नमस्कार कर."

मला नवल वाटलं, पण दिली नेऊन गपचूप.

तिनं डोळ्यांतून दु:खं काढली, म्हणली, "स्मरला हो तुझा घोव. जल्मसावित्री हो."

मला काही कळेना.

रात्री नवऱ्याला म्हटलं, "आधी सांगितलं असतं, तर तिच्याजोगती दोन जुनेरी आईची घेऊन आले असते की मी. इंदुरी टोपपदरी कशाला हवी होती तिला?"

मला एखादा स्वेटर घेताना देखील चार-चारदा विचार करायचा नवरा. मोठ्याचे कपडे धाकट्याला वापरावे लागत नवे घेण्यापूर्वी. आत्ता लगीनघरात मी जाताना माझ्या आईलादेखील एकसुद्धा लुगडं घेऊन दिलं नव्हतं नवऱ्यानं आणि या

घोरपडीला मात्र जोडी. चांगलाच फणकारा आला होता मला, पण नवऱ्यानं हू का चू केलं नाय. पाठ वळवली न् झोपून गेला.

तिसऱ्या दिवशी जावेबरोबर मुलांना घेऊन पुळणीवर बसायला गेले. तिथं गावातल्या दोघीचौघी म्हाताऱ्या बाया दिसल्या. बोलल्या, जावेपाशी माझी चौकशी केली. माझ्या भाग्याचं, म्हणजे अमेरिकेत घर, गाडी, पैसा वगैरे वगैरे, तोंडभर कौतुक केलं आणि जाताना म्हणाल्या, ''सासवेसाठी लुगडी घेऊन आलीस म्हणे, आता पाय जमिनीवर लागायचे नायत हो तिचे.'' आणि खुसुखुसू हसत चालायला लागल्या.

मी जावेचं तोंड बघत राहिले. काही कळेचना मला. डोकं गरगरल्यासारखं झालं. तीपण तोंड मिटूनच होती, नवीच ती या घरात आणि गावातही. मला विचारायला धीर झाला नाही, पण पुढच्या चार आठवड्यांत गावात जी बुचबुच ऐकली, तिच्यावरून सासऱ्यांचं बायाशी लफडं आहे, एवढं पक्कं कळलं.

बायाचं खोपूट आमच्या बागेच्या कडेशीच विहिरीजवळ होतं आणि कधीकधी सासरे रात्री जेवून कंदील घेऊन फिरायला म्हणून निघायचे ते पार पहाटे गुपचूप घरात यायचे. नवरा गुळणी धरूनच होता. दोघे दीर आणि जाऊ म्हणजे मला तशे परकेच आणि ते सगळे या बायाला घरच्या बाईसारखा मानही देताना दिसत होते. म्हणजे मलाच एकटीला हे विचित्र वाटत होतं का? का खरंच काही काळंबेरं नव्हतं? पण मग गावातले लोक का कुचकट बोलत होते?

माझं डोकं पार फुटायला आलं विचार करूनकरून. कशी काय या माणसांच्यात मला दिली, मला कळेना. माझ्या माहेरी पैशाला कमी असेल, पण कुणाच्या वागण्यात एवढं उणं काढायला जागा नाय. आता पहा, माझ्या नवऱ्याने माझ्या भावाच्या लग्नात न येऊन माझ्या माहेरच्यांचा अपमान नाय केला? पण माझ्या आईने ते काय मनावर घेतलं नाय. माझ्याबरोबर घरच्यांच्यासाठी राकेलचा डबाभर लाडू दिले. नव्या जावेसाठी साडीचोळी दिली, सासऱ्यांसाठी धोतरजोडी आणि दिरांना एकेक तांब्याभांडं दिलं. शिवाय जावयबापूंना म्हणून आणखी आहेर केला तो वेगळाच. माहेरी जर का हे माझ्या सासरचं लफडं कळलं, तर मला मान वर करून चालायला जागा राहणार नाय. लगीनघरात माझा जो भाव वधारला होता, तो याच्यापुढं पार रसातळाला जाणार. काय बोलावं, कुणाला काय म्हणून सांगावं, काही कळेना. नाहीतरी दोन दिवसात आम्ही पुन्हा अमेरिकेत जाणारच होतो, तेव्हा पुन्हा एकदा गप्प बसले, झालं.

आता इथं परत आल्याला महिना होत आला, अजून मला काही एक सुचत नाय. नंदूताईशी बोलायची भीती वाटते. मी घरातली कामं करते, पण नवऱ्याबरोबर पहिल्यासारखं हसूनखेळून वागता येत नाय. त्याच्या अबोल स्वभावापायी मला काही

समजतपण नाय. भीती मात्र वाटते की, सासरे जर ह्या वयाला अशे, तर माझा नवरापण मला सोडून दुसरी करणार का काय?

नंदा

गेला महिनाभर मला जो प्रश्न पडला होता, त्याचा आज उलगडा झाला. वहिनी भारतात जाऊन आली, त्याला आज महिना होत आला. आल्यापासून मला तिची वागणूक जरा बदललेली दिसली, पण नेमकं कशावर बोट ठेवावं कळत नव्हतं. आमचे हे बंधुराज म्हणजे शब्द सेफ्टी डिपॉझिटमध्ये ठेवून बसलेले. त्यांना मला काही सांगायची गरज वाटत नव्हती हे उघड आहे किंवा काही गोष्टी बायकांच्या नजरेलाच दिसतात, असंही असेल.

पहिल्यांदा इथं आली तेव्हा शोभावहिनी म्हणजे गिरगावातल्या चाळीत वाढवलेलं तुळशीचं रोप होतं. डालडाच्या डब्यापलीकडे बागा असतात, याची त्या रोपाला काऽही कल्पना नव्हती.

अमेरिका म्हणजे जंगल होतं तिच्या दृष्टीने. मी तिला अऽआऽइऽऽ शिकवावी तसं सगळं शिकवलं. कुणी रस्त्यात काही म्हटलं तरी बुजायची, हसायची; उत्तर देण्याऐवजी माझ्या तोंडाकडे बघायची. तिला संध्याकाळच्या वर्गात जायला लावलं, गरजेपुरतं इंग्लिश शिकवलं, घरखर्चाला दिलेल्या पैशातून थोडेथोडे बाजूला ठेवून नवऱ्याला नकळत सोन्याच्या चिपा घेऊन ठेवाव्यात, म्हणजे अडीअडचणीला उपयोगाला येतात, हे शिकवलं. नंतर मुलं झाल्यावर मुलांचं सगळं करायला मदत केली, एक ना दोन. तिलाही माझ्यासारखं बोलायला पाहिजे, तेव्हा मैत्रिणीच झालो आम्ही.

पण ती भावाच्या लग्नाला जाऊन आल्यापासून मी पाहतेय, जेवढ्यास तेवढं बोलते, रोखून बघते, मधूनमधून नजर हरवून बसते, समोर कोण आहे, काय बोलणं चाललंय न कळल्यासारखं वागते.

शेवटी आज खनपटीलाच बसले तेव्हा सगळं भडाभडा बोलली. नवल नाही तिला राग आला त्याचं, मुक्यानं सोसलं बिचारीनं. पण आमच्या बंधुराजांना काही म्हणण्यात अर्थ नाही. त्यानं एक गोष्ट मनात घेतली, म्हणजे ब्रह्मदेवालाही त्यात बदल करता यायचा नाही. आता वहिनीच्या माहेरी लग्नाला जाऊन आला असता तर काही गाठोडं जाणार होतं का त्याचं? पण काय खुळ्या मानपानाच्या कल्पना डोक्यात ठेवल्या आहेत देवाला ठाऊक.

मी सरळ तिला म्हटलं, "हे चुकलंच त्याचं. घोडचूक केली त्यानं, जायला हवं होतं, तुझ्या घरचं एकुलतं एक वरपक्षाचं लग्न, त्यात त्याने असला घोळ घालायला नको होता. पण पुरुष नाहीतरी जरा चक्रमच असतात असल्या बाबतीत."

मी असं म्हटल्यावर तिला जरा धीर आला आणि नंतर तिनं मला लुगड्यांची कथा सांगितली. अडखळतच होती, पण पुळणीवर भागीर्थीकाकू भेटल्या म्हणाली आणि थांबली, तेव्हा मी ओळखलंच की, त्यांनी नेहमीप्रमाणे खाल्ल्या जागेवर शेण सारवलं असणार.

मी खोदूनखोदून विचारलं तेव्हा हिनं त्यांचे शब्द सांगितले आणि पुन्हा सांगताना आपणच अपराध केल्यासारखा गोरामोरा चेहरा.

मी म्हटलं, "शोभा, अगं, तुझा यात काही अपराध नाही, तुला गावी नेण्यापूर्वी त्यानंच सगळं सांगायला हवं होतं, पण त्याला मुळातच बोलायला नको. त्यात हे सांगायला तसं अवघडच, म्हणून बोलला नसेल. मी तुला सगळं सांगते, पण आधी तू कायकाय पाहिलंस, कायकाय ऐकलंस ते सांग. मनात ठेवून बसलीस तर तुझं आयुष्य विनाकारण कळकेल." तेव्हा सगळं पोटातलं बाहेर आलं.

तिला वाटत होतं की, माझ्यापाशी हे बोलल्यावर मला मोठ्ठा धक्का बसेल, नाहीतर माझ्या वडिलांबद्दल असलं काहीतरी बोलल्याबद्दल मी रागराग करीन. पण तिला मी म्हटलं, की अगं, मला माहीत आहे हे सगळं. तेव्हा मीच वाईट चालीची बाई असल्यासारखी माझ्याकडे बघायला लागली.

मला म्हणाली, "आणि तुला काही वाटत नाही यात?"

आता तिला समजावायला हवं होतं आणि ते काम सोपं नव्हतं, पण मीच करायला हवं होतं ते. कारण माझ्या भावाच्या संसारसुखाचा प्रश्न होता.

आमच्या घरात शोभाला येऊनजाऊन मीच काय ती जवळची होते. नवरासुद्धा अबोल आणि पुरुष म्हणून मनातलं बोलायला दूरचाच म्हणायचा.

मी म्हटलं, "शोभा, तुझे वडील गेले, तेव्हा तुझं शिक्षण बंद झालं, हे तुला दुखलं की नाही?"

हो म्हणाली.

मग म्हटलं, "तुलाच माझ्या लहानपणच्या परिस्थितीची कल्पना करता येईल. आमची आई वारली तेव्हा मी सहा वर्षांची, तुझा नवरा चार वर्षांचा, बंडू दोनचा आणि लाडू नुकता जन्माला आला होता. अशा चार कच्च्याबच्च्यांना तात्यांच्यावर सोपवून ती बाळंतपणात गेली, तेव्हा त्यांनी कसं वाढवलं असेल आम्हाला? कल्पना कर. माझ्या वेण्यादेखील मला घालता येत नव्हत्या. रोज तात्या घालून द्यायचे आणि आईसारखा हलका हात नाही म्हणून मी आयओय करत राहायची. पोस्टातली नोकरी होती, पण कामावर जाण्यापूर्वी आम्हाला अंघोळ घालून, स्वत:ची

अंघोळ उरकून, कपडे चुबकून, डाळभाताचा कुकर लावायचे तात्या. रोज फक्त भात-वरण खाऊन आम्ही कंटाळायचो.

बाया आमची शेजारीण. गरीब विधवा ती आणि तिच्या पदरात पोरं होतीच. आमच्या आईने तिला कधी जुनं लुगडं दे, कधी दारचं केळफूल दे, कधी नारळाच्या वड्या दे, करून जोडून ठेवलं होतं. तिच्याच्याने आमचे हाल बघवेनात. तिनं आम्हाला पोटाशी घेतलं, लाडू तर तिच्याचकडे वाढला. रोज सकाळी आपल्यातली भाजी म्हणा, कोशिंबीर म्हणा आम्हाला करून द्यायची.

शेवटी तात्यांनी तिला सांगितलं, माझ्या घरच्या डाळभातात मी तुमचापण शिजवीन, तू बाकीचं डावंउजवं या पोरांना करून घाल. बायाला फार सांगावं लागलं नाही. तिनं आपल्या घासातला अर्धा घास नेहमीच आम्हाला घातला. मला पाळीबद्दल शिकवलं तिनंच.

आता तात्या तिच्याकडे कधी जायला लागले, मला फारसं आठवत नाही. पण बरीच वर्षं झाली असावी. खरं सांगू का? जेव्हा लक्षात आलं तेव्हा आम्हाला, निदान मला तरी, त्यात कधी काही वावगं वाटलं नाही आणि गावातल्या भवान्या बोलत, त्याचा मला तेव्हादेखील फारसा त्रास करून घ्यावासा वाटत नसे.

मी म्हणायची, आमची आई गेली, तेव्हा आमच्यावर पाखर घालायला यातली एकही बया आली नाही, आता बोलल्या तर गेल्या उडत. बायाने आम्हाला वाढवलं नसतं, तर आम्हाला आजचे दिवस दिसलेच नसते. तिचे हात आमच्या पोटात गेलेत. तुझ्या नवऱ्याने तिला चांगली लुगडी दिली, हे योग्यच केलं त्यानं. तूसुद्धा तिला मोलकरीण समजू नकोस. ते गाणं आहे ना, 'मज जन्म देई माताऽ परि पोशिले तुम्ही हो,' तसं नातं आहे तिचं आमचं.''

हे एकून थोडा वेळ शोभा गप्प राहिली, मग म्हणाली, ''पण इतकं होतं तर तात्यांनी लग्न का नाही केलं दुसरं? हा चोरटा कारभार कशाला?''

मी म्हटलं, ''शोभा, मुळात तात्यांना दुसरं लग्न करण्याची हौस नव्हतीच. आईवर जीव होता त्यांचा, म्हणून तर कितीतरी दिवस लग्नाशिवाय राहिले. 'स्वतःच्या हातानं पोरांना वाढवीन,' म्हणून जिद्दीनं सगळं करायचे. तूच सांग, चार इवलीइवली पोरं वाढवायला आणि पोस्टातल्या गरीब कारकुनाचा मोडका संसार सांभाळायला कोण मिळणार होती आपखुशीनं तात्यांना? आणि लग्न करून आणलीच असती कुणी तर तिनं आमचा रागरागच केला असता, तिच्या नव्या संसारात आमचा उपद्रवच फार म्हणून. इथे बाया आमच्या मायेनेच पहिल्यापहिल्याने सगळी मदत करत होती. मात्र आंधळ्यापांगळ्याची जोडी जमते म्हणतात ना, तसं हळूहळू झालं असणार त्यांचं. पण तात्या तिच्याकडे जायला लागले तरी तिनं आम्हाला कधी काही कमी केलं नाही, ती प्रथम आमची होती आणि मधूनमधून

तात्यांची. बघ कळतंय का.''

शोभाला हे समजून घ्यायला जरा जडच जात होतं, हे मला दिसत होतं. पण ती बोलली नाही. पुन्हा एकदा ती गावी घालवलेल्या दिवसांचा विचार करत असावी.

थोड्या वेळानं म्हणाली, ''बायाशीच का नाही केलं लग्न तात्यांनी? मग निदान गावातले लोक तरी बोलले नसते. लोक आपल्या घरातल्यांच्याबद्दल वाईट बोलले म्हणजे नको वाटतं ऐकायला.''

'आपलं घर' म्हणाली, तेव्हा हायसं वाटलं. गायी पुन्हा पाण्यावर आल्या होत्या.

मी म्हटलं, ''शोभा, लोक दोन्ही बाजूंनी बोलणारच. बायाशी लग्न केलंच असतं, तरी म्हणाले असते, की आधीपासूनच काहीतरी लफडं असणार, म्हणून बायको मेल्यावर लग्न केलं. त्यात पुन्हा बाया जातीतली नव्हती, तेव्हा तिच्याशी राजरोस लग्न करून पुढे स्वतःच्या किंवा तिच्या पोरांची लग्नं जमवताना समाजाला उरावर घेण्याइतपत तात्या पुढारलेले नव्हते. अमेरिकेत आल्यावर आपल्याला तऱ्हेतऱ्हेचे लोक दिसतात आणि आपल्या मनाची तयारी होते नवेनवे प्रश्न विचारायची, पण छोट्या गावात जे गुपचूप केलेलं चालतं, तेच राजरोस केलं तर अनेक गोष्टींना पदोपदी तोंड द्यावं लागतं. तेवढं सगळं युद्धकांड करायची तयारी नसते साध्या माणसाची, तो आपल्या परीनं मार्ग काढतो त्यातल्यात्यात. त्याला समजून घेणं महत्त्वाचं.''

याच्यावर बराच वेळ शोभा न बोलता गप्प राहिली. मीही गप्प होते, तिला तिच्या परीने विचार करू देत होते.

शेवटी ती म्हणाली, ''नंदूताई, एकीकडे तू म्हणतेस ते पटतं, पण दुसरीकडे या गोष्टीला सहज चांगलं म्हणायला जीव होत नाही आणि वडीलच असे वागत असले तर मग मुलाचा काय भरवसा? मी कशाच्या आधारावर संसार उभा करायचा?''

आता मला तिच्या मनातली भीती कळली आणि थोडीशी दयाही आली.

कधीतरी वाचलेल्या एका गोष्टीतलं वाक्य आठवलं, ''राजाची राणी झाली, नाहीतर इंद्राची इंद्राणी, तरी आखरीला बाप्याची बाईलच.''

माझी वहिनी तर अर्धशिक्षित होती, अमेरिकेत आली, तरी अजून नवऱ्याच्याच ओंजळीने पाणी पीत होती. तिला ही भीती वाटली, तर नवल नाही, पण मला माझे वडीलही माहीत होते आणि भाऊही.

तिला जवळ घेत म्हटलं, ''शोभा, माझा भाऊ हाताचा चिकट आहे आणि जिभेचाही, पण तो त्याचा स्वभाव त्याने लहानपणी जे सोसलं त्यामुळे झालेला आहे. लहानपणच्या गरिबीतनं वर यायचा निश्चय केलाय, म्हणून पैसे साठवण्याकडे कल

त्याचा आणि थट्टा न करणारे मित्र भेटतील की नाही या शंकेपायी तो फार लोकांशी मैत्री वाढवतही नाही. गावी नेण्यापूर्वी तुला विश्वासात घेऊन सांगितलं असतं, तर तुझी झाली ही कुतरओढ झाली नसती, पण विचार कर. जे काय पैसे साठवतोय ते तुमच्याचसाठी ना? स्वत:वर तरी उधळतो का कधी चार पैसे?'' शोभाने मान हालवली, तरी तिच्या डोक्यातली शंका अजून होतीच.

मी पुढे रेटलं आणि म्हटलं, ''अगं, पक्वान्न मिळत असेल तर माणूस उष्टं खायला जाईल का? आमची आई जगली असती तर तात्यांवर ही पाळी आलीच नसती. आज तरण्याताठ्या विधवांचीसुद्धा दुसरी लग्नं लावून देतात लोक. पाहतेस तू. तात्या आज तुला प्रौढ म्हणूनच दिसतात, पण तिशीत बायको गेलेल्या तरण्याताठ्या माणसानं उभा जन्म उन्हातच काढायचा होता का? आमच्या आईनं पोरकं केलं आम्हाला, पण तात्यांनी नाही कधी दुरावलं. फक्त आमच्या डाळभातात बायाच्या घरालाही पोसलं. तुझा नवरा तुला सोडेल, हे स्वप्नातदेखील आणू नकोस मनात. तुझ्या नवऱ्याला आईवेगळं वाढणं म्हणजे काय हे माहीत आहे, तो स्वत:च्या मुलांवर ती पाळी येऊ नये, म्हणून जपतोय.''

बघायला लागली माझ्या तोंडाकडे.

मी म्हटलं, ''तुला कळलं नाही का? दोन बाळंतपणात त्यानं तुला भारतात पाठवलं नाही, तेदेखील त्या भीतीने हो. आमची आई त्यात गेली ना? तुला तो दृष्टीआड होऊ द्यायचा नाही. त्याला शब्द सापडत नाहीत वेळेवर पण हातानं काडी-काडी करून तुझं घरकुल उभारतोय का नाही ते बघ.''

तसं तिच्या डोळ्यांत पाणी आलं. मान खाली घालून गप्पच होती. पण मी दिलेल्या मात्रेचा वळसा लागू पडत होता.

शेवटी म्हटलं, ''शहाणी आहेस तू. लोकांचं बोलणं मनावर घ्यायचं नसतं. गावभवान्यांचं तोंड म्हणजे होळीची बोंब. असल्या कर्मदरिद्री बायकाच बाईला जन्म नको करून सोडतात. पण शोभा, तुझ्यामाझ्यासारख्यांनी तरी बाईला बाई म्हणून वागवायला नको का? बायाकडे बघतानादेखील तिच्या पोटातली माया बघ. तात्यांनी, तात्यांच्या मुलांनी ती ओळखली, तुला ती दिसली तर जिंकलो आपण.''

तशी मान हालवून डोळे पुसले तिनं आणि झटकन उठून चहाचं आधण ठेवलं माझ्यासाठी.

*

माय

संतोषचं नाव मला हरभजननं सुचवलं. मला काही सलवार कमीस शिवून घ्यायचे होते आणि भारतात इतक्यात जायला मिळेल असा रंग दिसत नव्हता. मुलाच्या शाळेत अनेक पंजाबी घरांतली मुलं येत. त्यांना पोहचवायला येणाऱ्या त्यांच्या आया व्हँकूव्हरात राहत असूनही रोज पंजाबी सुटातच येत. त्यांच्यापैकी एकीला विचारलं, की जवळपास कुणी कपडे शिवणारी आहे का?

हरभजन म्हणाली, ''तुझ्या घरामागंच तर आहे, ती संतोष फार चांगले कपडे शिवते. मला तिनंच शिवायला शिकवलं.''

मी संतोषकडे माझ्याकडचे कपडे घेऊन गेले. घर नेहमीच्या पंजाबी पद्धतीचंच होतं, म्हणजे दुमजली, खाली पंजाबी भाडेकरू, वर तिचं स्वत:चं कुटुंब, खालीवर मुलांची स्वैर आवकजावक.

जिना चढून वर गेल्यागेल्या फायरप्लेसच्या वर गुरू गोविंदसिंगांचं तलवार हाती घेतलेलं राजबिंडं चित्र, दुसऱ्या भिंतीवर सौम्य चेहऱ्याचे गुरू नानक आणि तिसऱ्या भिंतीवर मात्र दोन लटकणाऱ्या मॅक्रमे हँगर्सच्या मधोमध लावलेलं एका वयस्कर बाईचं मोठ्ठं तैलचित्र.

मी संतोषला माझ्या येण्याचं कारण सांगितलं. कपडे दाखवले, तिच्याकडे सुटांचे नमुने पाहिले, घरभर लहान मुलांची खेळणी विखुरली होती. लिव्हिंग रूममध्ये टी.व्ही. वर मुलांचा कार्यक्रम चालला होता. दोन-तीन चिमुरड्या मधूनमधून मला न्याहाळीत कॉफी टेबलाजवळ बसून मोठ्ठ्या कात्रीनं कागद कापून घरभर कचरा

करत होत्या. मी मनांत म्हटलं, हिच्या घरात लहान मुलं दिसतात, हिला कपडे शिवायला वेळ होणार की नाही कोण जाणे, पण कपडे ठेवले, कसे शिवायचे ते सांगितलं, माप दिलं आणि पुढच्या आठवड्याचा वायदा करून मी घरी आले.

पुढच्या आठवड्यात संतोषकडे जाण्यापूर्वी फोन केला. कपडे शिवून तयार होते.

ती म्हणाली, ''पक्के करण्यापूर्वी घालून बघायला ये. तू आलीस की लगेच पुरे करून देते.''

मी संध्याकाळच्या जेवणानंतर आठ वाजता गेले. एका तगड्या तरुणानं दार उघडलं आणि वर जायला सांगितलं. संतोष स्वयंपाकघरात होती. डायनिंग टेबलावर कपडे, दोरे, कात्री वगैरे पसरलं होतं आणि त्याशेजारी दुसऱ्या टेबलावर तिचं मशीन होतं. संतोषनं कपडे मला घालायला दिले. कुठं घालणार? तिनं स्वत:च्या बेडरूममध्ये मला पाठवलं. त्यावेळी कळलं की, तिचा नवरा सध्या इंग्लंडला गेला होता. ज्यानं दार उघडलं तो संतोषचा मुलगा सोनू. तो सध्या कॉलेजात शिकत होता आणि तिची मुलगी राजी– राजिंदर लग्न करून दिलेल्या घरी नांदत होती. संतोषच्या बेडरूममध्ये तिचा नवऱ्याबरोबरचा लग्नातला फोटो आणि राजीचा तिच्या नवऱ्याबरोबरचा फोटो असे दोन फोटो दिसत होते.

मी म्हटलं, ''तुला एवढी मोठी मुलं आहेत हे मला माहीतच नव्हतं, मला वाटलं, तुझी मुलं लहान आहेत, मागच्या खेपेला इथं पाहिल्या त्या.''

''त्या आमच्या भाडेकरूंच्या मुली.'' संतोष म्हणाली, ''यह गुड्डी सिर्फ हमारी है।''

गुड्डी म्हणजे समोर उभा असलेला तीनेक वर्षांचा एक फुटबॉल. काळेकाळे डोळे, नजरेत दंगा. ही संतोषची मुलगी म्हणजे तिच्या पहिल्या दोन मुलांमध्ये आणि हिच्यामध्ये चांगलं पंधरावीस वर्षांचं अंतर दिसत होतं.

संतोषनं कपडे झक्क शिवले होते. मी घालून पाहिल्यावर ती गळ्याची कलाकुसर पुरी करायला लागली. मी शेजारी बसून पाहत होते. संतोषला गप्पा मारायचा उत्साह होता. मी तिच्या गुड्डीचं कौतुक केलं. तिचे काळेभोर केस सारखे कपाळावर, डोळ्यांवर येत होते. ते मागे सारत गुड्डी आपली चित्रांची पुस्तकं घेऊन आली माझ्याजवळ. मला चित्रं दाखवून चित्रांखालची नावंपण वाचून दाखवू लागली.

संतोष म्हणाली, ''बडी तेज है यह गुड्डी. एकदा पुस्तकातलं चित्र दाखवून खालचा शब्द सांगितला की, लगेच लक्षात ठेवते. रोज नवी पुस्तकं हवी असतात. चित्रं काढायला हवी असतात. माझ्यासारखं मशीनवर बसून शिवायला आवडतं.''

मी म्हटलं, ''म्हणजे आईसारखी हुषार होणार तर मुलगी.''

संतोषनं एव्हाना माझ्याशी गप्पा मारून मी कुठं राहते, घरी कोणकोण आहेत,

नवरा काय करतो, मी काय करते, वगैरे सगळ्या गोष्टी विचारून घेतल्या होत्याच.

आम्ही इथं विद्यापीठात शिकवतो, हे कळल्यावर तिनं माझं कौतुकही केलं होतं. ती स्वत: मॅट्रिकपर्यंत शिकली होती आणि जबलपुरात तिचं घर होतं. त्यामुळे तिचं शिक्षण हिंदीत झालं होतं. इथल्या इतर पंजाबणींच्या मानानं ती बरीच सुशिक्षित वाटत होती. मुख्य म्हणजे माझ्याशी अस्खलित हिंदीत बोलत होती. गुड्डीला शाळेत घालण्याआधी इंग्लिश कसं शिकवावं, याबद्दल तिनं मला विचारलं. मी तिला इथल्या कम्युनिटी सेंटरवर चालणाऱ्या काही वर्गांची माहिती दिली आणि अशा थोड्या गप्पा मारून माझे कपडे घेऊन मी परतले.

त्यानंतर तिनं शिवलेले कपडे मनास आल्यामुळे माझ्या तिच्याकडे आणखी काही खेपा झाल्या. एकदा गुड्डीसाठी मी खाऊ नेला, माझ्याकडची काही लहान मुलांची पुस्तकं नेऊन दिली.

एकदा तर गुड्डीचे सतत कपाळावर, डोळ्यांवर येणारे केस न बघवून मी संतोषला म्हटलं, "तू डोळ्यावर येणारे केस कापत का नाहीस हिचे?"

ती म्हणाली, "मला कापायचेच आहेत. मी हेअर कटिंगचा सेटही घरात आणून ठेवला आहे, पण धीरच होत नाही."

मी म्हटलं, "माझ्या घरात मुलांचे केस मीच कापते. देऊ का हिचे कापून?"

संतोषच्या आधी गुड्डी तयार झाली आणि केस कापायची कात्री आणून तिनं माझ्या हातात दिली. चेहऱ्याभोवताली तिचे गोल केस कापून दिल्यावर ती भलतीच खूष झाली आणि आरशाच्या पुढ्यात उभी राहून नाचायला लागली.

संतोष माझ्यावर खूष होती. तिनं सांगितलेला दर घासाघीस न करता मी मान्य केला होता, पण तिच्यापेक्षा खूप शिकलेली असूनही मी घरगुती बाईसारखी वागत होते, हे तिच्या लेखी फार महत्त्वाचं होतं. तिच्याकडे मी बसले असताना ज्या शेजारणी यायच्या-जायच्या त्यांना ती माझी ओळख आवर्जून करून द्यायची, "यह बहुत पढ़ीलिखी है । प्राफेसर है । यहाँके लोगोंको पढ़ाती है ।"

अशाच एका खेपेला तिनं मला गुड्डीचं गुपित सांगितलं, "देखो बहन, मेरी छोटी बहन को दो लडकियाँ है । उसका पति लडका बहुत चाहता है । तीसरी बार जब मेरी बहन अस्पताल गयी, तब मैं उस के साथ गयी, उसका सब निभाया और मैने उसको कहा कि, इस बार अगर लडका हुआ तो तेरा, लडकी हुई तो मेरी । हुई यह गुड्डी तो मैं इसे यहाँ लेके आई । हमारे पति को बच्चों से बहुत प्यार है । अपने बच्चे तो बडे हो गये । अपनी राजी तो ब्याही है । सोनू की बहू आने में अभी देर है । तो हमने सोचा, यह गुड्डी हमारी लाडली होगी, इसे हम लाडप्यार देंगे । अब तो देखो बहन, इसे सबका प्यार मिलता है । मेरे घर, मेरी बेटी के घर और मेरी बहन के घर के लोग भी इसे प्यार करते है ।"

गुड्डी खरोखरच सर्वांची लाडकी दिसत होती. मला संतोषच्या धोरणीपणाचं कौतुक वाटलं. तिच्या बहिणीला पुन्हा दिवस गेले होते. या वेळी तरी तिच्या नवऱ्यासाठी तिच्या पोटी मुलगा येवो, असं मी मनात म्हटलं. कारण संतोषचा पूर्वीचाच वायदा कायम होता, 'लडका हुआ तो तेरा, लडकी हुई तो मेरी ।'

तिचा नवरा उदार मताचा असावा. त्याच्या धीरावर ती बहिणीच्या मुली पोसायला, त्यांना लाडात वाढवायला तयार होती. एकीकडे तिच्या बहिणीच्या नवऱ्याला सद्बुद्धी सुचो असं मनात येतच होतं, पण दुसरीकडे आहे त्या परिस्थितीत सगळ्यांच्या आवडीनिवडी लक्षात ठेवून मुलीच्या जन्मावर हा तोडगा काढणाऱ्या संतोषच्या शहाणपणाचं, तिच्या पोटातल्या मायेचं कौतुकही वाटत राहिलं मला.

या तिच्या निर्णयाबद्दल तिच्या घरातल्या सगळ्यांनाच तिचं कौतुक होतं, असं दिसलं. दिवाणखान्यात जिचं मोठ्ठं तैलचित्र लावलेलं होतं, ती तिची सासूही संतोषच्या पाठीशीच होती, असंही मला कळलं. तिला देवाघरी गेल्याला थोडेच दिवस झाले होते. पण संतोष सांगत होती की, तिचे आपल्याला कायमचे आशीर्वाद आहेत. कारण तिची आपण भरपूर सेवा केली. गुड्डी तिचीही फार लाडकी होती. तिनं गुड्डीला आपले दागिने ठेवले होते.

"देखो बहन, मेरी सासजी ने जैसे सोनू की आनेवाली बहू को रक्खे, जैसे मेरी राजी को रक्खे, वैसे ही हमारी गुड्डी को गहने रक्खे, कोई भेदभाव नही किया ।"

संतोषकडून परतल्यावर मी तिचाच विचार करत होते. अनेक सुशिक्षितांना न साधणारं ही अर्धशिक्षित बाई सहज करून जात होती. तिच्या घरी माणसांची कदर होती. नावडती मुलगी, नावडती सून असे बाईजातीवर येताजाता ठेवले जाणारे ठपके स्वतःच्या हातानं पुसायचा ती प्रयत्न करत होती. ही तिची समज मला भावल्यामुळे मी तिच्याकडे जात राहिले.

व्हँकूव्हरमध्ये खलिस्तानवादी शिखांच्या कारवाया सुरू होत्या. शहरातल्या चार-पाच गुरुद्वारांपैकी एक गुरुद्वारा त्या अतिरेकी मंडळींच्या ताब्यात जात चालला होता. मूठभर अतिरेक्यांच्या घातपाती कारवायांमुळे व्हँकूव्हर आणि आसपासच्या भागांतल्या सगळ्याच पंजाबी शिखांना वाईट नाव मिळत चाललं होतं.

इथले शांतताप्रिय गोरे कॅनेडियन म्हणत होते, 'या लोकांना कुणाची डोसकी फोडायचीत ती भारतात जाऊन फोडू द्या ना. इथं कशाला हे आपल्या जुन्या देशांतली भांडणं उकरून काढतात? इथं राहायचं तर शांतपणानं राहा. उगाच बॉंबहल्ले, विमानं पाडणं असलं करून आमच्या देशाचं नाव का बिघडवता?'

या एका अर्थी रास्त भूमिकेतून सरसकट सर्वच शिखांच्या वाट्याला इतर कनेडियनांचा राग येऊ लागला होता. याविषयी आमच्या गप्पा होत.

संतोष म्हणे, "देखो बहन, अगर हम लोग अपना देश छोड के यहाँपे आये है

तो अपने देश के अच्छे भाव साथ लाये है । झगडे थोडेही लाना है साथ? क्या फायदा इन झगडों से? क्या अपने देश में नही रहते थे एक साथ? न जाने इन गुंडोंको क्या हुआ है? बस, दिमाग बिगडा है इनका । खामखाँ हम सबका नाम खराब कर देते है ।''

तिनं आणि तिच्या घरच्यांनी त्या बदनाम गुरुद्वाऱ्यांत जाणंच सोडलं होतं. नानकसार गुरुद्वारा नावाचा एक नवा गुरुद्वारा रिचमंड भागात झाला होता, तिथे ही मंडळी जायची. त्या गुरुद्वाऱ्यांत राजकीय भाषणं करायला ग्यानी लोकांनी बंदीच घातली होती. फक्त 'देवाचिये द्वारी उभा क्षणभरी,' या भावनेनं येणाऱ्या सर्वांना तिथं मुक्तद्वार होतं.

मध्ये बरेच दिवस माझं संतोषकडे जाणं झालं नाही, म्हणून मुद्दाम वेळ काढून मी तिच्याकडे गेले. ती खाली राहणाऱ्या लोकांकडे बसली होती. मला पाहून ती उठली, वर आली. थकल्यासारखी दिसत होती. विचारलं तर म्हणाली, ''हाँ बहन, थकावट है, लेकिन तन की उतनी नही जितनी मन की है ।''

मी म्हटलं, ''का, काय झालं?''

तर म्हणाली, ''आप को लम्बी दास्तान सुनाऊँ आज, हमारे लडकेकी बहू आई है घरपे ।''

''ही तर खुशखबरी झाली, तुला दमायला काय झालं मग? आणि शादी कधी झाली? मला नाही सांगितलंस?''

''शादी तो अभी हुई नही है । उसी मे वांधा है ।''

मला काही समजेना. शादी अजून झाली नाही तर बहू घरात कशी आणि एकुलत्या एका मुलाच्या लग्नाच्या मामल्यात हिला मनाची थकावट कशानं आली? मुलानं हिच्या मनाविरुद्ध गोरी सून आणली की काय?

पण गोष्ट कळली ती वेगळीच. मुलानं मुलगी शोधली होती ती त्याच्यासारखीच, म्हणजे कॅनडात स्थायिक झालेल्या पंजाबी शीख आईबापांची मुलगी. रमिंदर- रमी हायस्कुलात शिकत होती. राजीच्या सासरी हा सोनू जात असे, तिथं त्याची आणि रमीची ओळख झाली, वाढली आणि दोघांनी एकमेकांशी लग्न करायचं ठरवलं, पण एक अडचण होती. रमीच्या घरचे लोक होते जाट, म्हणजे शिखांच्यातले शेतकरी, जरा गावंढळच आणि संतोषच्या घरचे लोक तरखान म्हणजे गवंडी जातीचे. इथं घोडं पेंड खात होतं. देश सोडून परदेशात आले तरी रमीच्या घरचे लोक पाठीवर बांधलेली जातीच्या मोठेपणाची बोचकी खाली उतरवायला तयार नव्हते. त्यांच्या दृष्टीने ते मोठे आणि संतोषच्या घरचे लोक 'नीच जाति के'. त्यांना जेव्हा मुलीचा विचार समजला, तेव्हा त्यांनी तिची कानउघाडणी केली, तिला तंबी दिली, भेटायला बंदी केली, तरी ती सोनूला येऊन भेटे. मला तुझ्याशीच लग्न करायचंय म्हणे, पण ती

कायद्याच्या दृष्टीनं अजून सज्ञान नव्हती. त्यामुळे घरच्यांच्या परवानगीवाचून लग्न करता येत नव्हतं.

मुलाचं मनोगत कळल्यावर संतोषनं मुलीच्या घरच्यांशी बोलायचा प्रयत्न केला, पण दर खेपेला तिनं फोनवर आपण कोण ते सांगितलं, की मुलीकडचे लोक म्हणे फोन खालीच ठेवून देत. शेवटी त्यांनी मुलीला शिक्षा करायला म्हणून कोंडून घातली. तिला मारझोड केली, उपाशी ठेवलं. ती एक दिवस कशीबशी तिथून सुटली आणि राजिंदरकडे येऊन रडू लागली की, मला हे माझ्या घरचे लोक जिवे मारतील, तुझ्या भावाला मला घेऊन जायला सांग.

संतोष म्हणाली, 'मुलीला आम्ही नुसतंच कसं घरी आणणार?'

तीन दिवसांनी तिचा अठरावा वाढदिवस होता. कायद्याच्या भाषेत ती सज्ञान होणार होती आणि तिच्या घरातल्यांनी म्हणे ती एकदा घरातनं पळून गेली, म्हणून तिला पुन्हा घरात घ्यायलाच नकार दिला होता. इकडे सोनूनं लग्न करीन तर याच मुलीशी, असं आईला सांगितलं होतं आणि संतोषच्या डोक्यावर या सर्व गोंधळाचा भार घालून तो निश्चिंत होता.

संतोषनं त्या मुलीला तीन दिवस तिच्या एका मैत्रिणीकडे काढायला सांगितले. एक चांगलासा वकील गाठला. त्याच्यातर्फे मध्यस्थी, सामोपचाराची बोलणी वगैरे करायचा प्रयत्न केला, पण पालथ्या घड्यावर पाणी. शेवटी वकिलाकरवी त्या मंडळींना नोटीस दिली आणि मुलीच्या वाढदिवशी तिला सरळ स्वत:च्या घरी आणलं. सध्या ती मुलगी संतोषच्याच घरी राहत होती. संतोष तिचा सोनूबरोबर विवाह लावून देणार होती, पण त्यासाठी तिला मुहूर्त आणखी चार-पाच महिन्यानंतरचाच घ्यावा लागणार होता. कारण तिचा एकुलता एक मुलगा, त्याच्या लग्नाला तिचं सगळं गोत जमा होणार होतं. भारतातून तिचे आईवडील, इंग्लंडमधून तिच्या नवऱ्याचे नातेवाईक, सगळे जमायला हवे होते. तोपर्यंत ही 'बहू' संतोषच्याच घरी राहणार होती. या सगळ्या गोंधळामुळे नेहमीची आनंदी संतोष डोक्यावर भार घेऊन एवढी खंगली होती.

मी तिला म्हटलं, बाकीचे लोक काय म्हणतात तुझ्या घरचे? त्यावर ती म्हणाली, "हमारे घर के तो सब मेरे साथ खडे है। सिर्फ मेरा एक देवर बुद्दू है जिस ने कहा कि, ऐसी लडकी को ब्याह से पहले घर लाके रखना पाप है।"

मी म्हटलं, "तुला नाही ना तसं वाटतं? मग झालं तर. मुलगा तुझा, तो तिच्याशी लग्न करणार आणि तिच्या घरच्यांनी तिला टाकल्यावर तुम्ही तिला आसरा दिलात, यात पाप कसलं? भलेपणच तर आहे."

संतोष कळवळून म्हणाली, "देखो ना बहन, ती लग्नाआधीच अशी माझ्या घरी आलेली काय मला हवी होती थोडीच. माझा एकुलता एक मुलगा. त्याची बहू कशी

वाजतगाजत, लाडाकोडानं घरी यायला हवी. माझ्या माहेरच्यांनी माझ्या नवऱ्याचं लग्नात किती कोडकौतुक केलं होतं. तसं माझ्या मुलाला सगळं कौतुक मिळालं असतं तर मला काय नको होतं का? मी तर किती प्रयत्न केले मुलीच्या घरच्यांना मनवण्याचे, पण त्या लोकांनी स्वत:च्या मुलीला वाऱ्यावर सोडली म्हणून काय मीही त्या बिचारीला टाकून देऊ? ती बापडी माहेरच्या लोकांसाठी रोज आसवं ढाळते. मला म्हणते, तूच माझी आई. इतकी लहान आहे, पण समजूत किती आहे बिचारीला! घरात मला मदत करायला पुढे येते, मी जेवल्याशिवाय जेवत नाही. माझ्या राजीलासुद्धा नव्हती एवढी समजूत. बहन, माझ्या मुलानं वाईट काय केलं सांग. फक्त प्रेम केलं, तेदेखील राजरोस. पळून थोडाच गेला तो कुणाबरोबर! लग्नाआधी त्यानं काहीदेखील वाकडं केलेलं नाही. मला वचनच दिलंय त्यानं की, ती या घरात असली तरी लग्न होईपर्यंत ती एक परघरची मुलगी म्हणूनच या घरात राहील. रोज रात्री माझ्या कुशीत झोपते ती आणि माझा नवरा आणि मुलगा दुसऱ्या खोलीत झोपतात.''

मी तिचं मनोमन कौतुक करत होते. तिला मी म्हटलंही तसं, ''संतोष तू फार उदार मनानं वागलीस. देव तुझ्या पाठीशी उभा राहील. चांगलं धूमधडाक्यानं कर मुलाचं लग्न. तुम्हा लोकांचं कौतुकच वाटतं मला. कसे तुला इतके चांगले विचार सुचतात?''

संतोष म्हणाली, ''बहन, क्या कहूँ? औरत का दुख औरत ही जाने। क्या पता इसकी माँ कैसा प्यार तोडके जी सकती है। मैं होती तो किसी हालत में अपनी बेटी को दूर नही करती। अब तो मैने इसी को अपनाया है। आपको पता है, पहले मेरे पति भी सोनू पे बहुत बिगडे। कहते कि पढाई खत्म होने के पहले यह क्या झंझट निकाला? और खोजी तो भी ऐसी लडकी क्यौं खोजी की जिसके घरवाले इतने नादान है। हमही को नीच जाति के कहते है। क्या लगा है इस लडकी को? और लडकियाँ मिल जायेंगी। और किसी लडकीसे तेरा ब्याह कर देंगे। तो मैने उनको भी बहुत मनाया, नही माने तो एक दिल की बात बोल दी, जो आज तक किसी से नही कही, तब मान गये। पता है, क्या कहा मैने?''

मी मानेनंच विचारलं काय म्हणून. म्हणाली, ''उनसे मैने कहा, याद है, आपकी शादी जब मेरे से हुई, तब आप का प्यार किसी और लडकी से था। और आपहीके घरवालोंने उससे ब्याह करना मना किया था। क्यौंकि लडकी का घर आपकी माँ को पसंद नही था। याद है आप हमारी शादी के बाद सालभर कैसे नींद मे तडपते थे उस की याद में। जब मैने यह पूछा, तो बहन, मेरे पति सहम गये। उन्हे मालूम ही न था कि, मुझे इन बातोंकी जानकारी है। मैने उनसे कहा कि, अगर आपको अपना लडकपन याद है, अपने टूटे हुए प्यारकी तडप याद है तो अपने लडकेका प्यार जोड

दे । तब मान गये । मैने कहा, इस जनममे आप इसका प्यार जोड दे, अगले जनम मे आपको आपका प्यार मिल जायेगा ।''

''तो फिर क्या कहा तुम्हारे पति ने?''

संतोष चांगली तोंडभर लाजली, ''कहने लगे कि, इसी जनम में जो तुम मिली हो, वहही अगले जनम मे माँगूगा । ला दे बहूको अपने घर ।''

*

□□□

असेन मी, नसेन मी, तरी असेल....

सकाळी घामाने उशी भिजून हॅरॉल्डला जाग आली, तेव्हा आपण कुठे आहोत, हेच क्षणभर त्याला उमजेना. स्वप्नात तो हेलनबरोबर ग्रीसमध्ये पोहचला होता. लग्नानंतर तिथे घालवलेला एक हिवाळा त्याच्या मनात नेहमीच मंद तेवत असे. पण त्याला आता कितीतरी वर्षं लोटली होती. डोक्यावरच्या तेव्हाच्या त्या सोनेरी केसांचे आता चंदेरी केस झाले होते. जिवाभावाची हेलन केव्हाच खूप लांब निघून गेली होती. हॅरॉल्डलाही तिच्यामागून तिथं जायचं होतं, पण अजून त्याची वेळ झाली नव्हती. तो त्याच्या रिचमंडमधल्या घरात तिच्या आठवणी मनात जागवत एकटाच राहत होता.

गेली कित्येक वर्षं हेलनच्या अनुपस्थितीत जगायची त्याने सवय करून घेतली होती. नाही म्हणायला रायलीच्या मुक्या सोबतीत एकटेपण थोडं कमी झालं होतं, पण आता रायलीही....

म्हातारपण, एकटेपण आणि एकूण सगळं तसं कठीण होतं, पण इलाज नव्हता. वाट्याला आलेलं आयुष्य नीट जगणं आणि आला दिवस संपताना कृतज्ञतेने 'देवाची दया' म्हणणं, एवढंच त्याला माहीत होतं. मुलंबाळं नव्हतीच आणि हेलनशिवाय दुसरीकडे कुठेही त्याचं मन कधीच गेलं नाही. तीच एक मनात भरून होती. ती गेल्यावर घर रिकामं झालं, तरी मन भरलेलं असल्यामुळे कोणतीही कुरकूर न करता, ऐंशीच्या वरच्या वर्षांच्या पायऱ्या चढणारा हॅरॉल्ड रोज वेगवेगळ्या सेवाभावी कामांत मन रमवत जगत होता.

सोमवार-बुधवारचे दिवस तो गावातल्या ॲनिमल शेल्टरमध्ये कामाला जायचा. तिथल्या अनाथ कुत्र्यामांजरांना खायला घालणं, ब्रश फिरवून त्यांच्या केसांमधल्या जटा साफ करणं, त्यांना फिरवून आणणं वगैरे पडतील ती कामं तो करायचा. मंगळवार आणि गुरुवार हॉस्पिटल ऑक्झिलिअरीच्या थ्रिफ्ट-शॉपमध्ये कॅशियरचं काम असायचं आणि शुक्रवारी चर्चच्या बागेतलं तण काढणं, गवत कापणं, मातीवर ओल राखण्यासाठी बार्क-मल्च पसरणं, वगैरेवगैरे बागकाम करायला तो जात असे. या कोणत्याही कामाचे त्याला पैसे मुळीच मिळत नसत. कारण केवळ पैसे मिळवायला काम करायच्या वयातून तो केव्हाच तडीपार पोहचला होता.

आख्खं आयुष्यभर त्याने बँकेचं काम केल्यामुळे त्याला जे काही कष्टांचे पैसे मिळायचे ते मिळाले होते. सध्या फक्त स्वत:च्या ठेवींच्या व्याजावर आणि सरकारकडून जेष्ठ नागरिकांना नियमित मिळणाऱ्या तुटपुंज्या रकमेवर त्याचं नीट भागत होतं. मुळात फार हाव नव्हतीच. त्यामुळे होतं त्यांत तो संतुष्ट होता.

अगदीच गरिबी होती, असंही नाही. स्वत:च्या मालकीचं छोटंसं राहतं घर होतं, पण त्याखालची जमीन सामायिक मालकीची होती. हेलन असतानाचंच तिच्या पसंतीचं अगदी मोजकं फर्निचर घरात होतं आणि शिवाय रायली होता, हेलन गेल्यावर हॅरॉल्डने एक दिवस ॲनिमल शेल्टरमधून आपल्या घरी पाळायला आणलेला कुत्रा. रायलीची इमानी सोबत होती.

रोज संध्याकाळी 'डेल्टा इन' या बऱ्यापैकी नावाजलेल्या रेसिडेंशियल हॉटेलमधल्या छोट्या पबमध्ये जेवण घेणं त्याला परवडत होतं. रोज दुपारचं सूप, सँडविच किंवा सॅलडसारखं साधंसुधं खाणं स्वत: बनवायचं, पण संध्याकाळी मात्र त्या हॉटेलातल्या तळमजल्यावरच्या 'फॉगी ड्यू' नावाच्या पबमध्ये जाऊन आयतं जेवायचं हा त्याचा गेल्या काही वर्षांतला नित्यक्रम होता. पबमधले वाढपी, स्वैपाकी, कॅशियर, सगळेच त्याचे अनेक वर्षांपासूनचे ओळखीचे, सवयीचे लोक बनले होते. संध्याकाळी त्याच्या एकट्याचं खिडकीजवळचं ठरलेलं टेबल फक्त त्याच्यासाठीच तयार करून ठेवलेलं असायचं. पबमधला होस्ट, रिक्टर त्याच्यासाठी ताज्या फुलांची फुलदाणी आठवणीने भरून ठेवायचा. नॅन्सी वेट्रेस त्याच्या आवडीनिवडी लक्षात ठेवून त्याला आठवणीने वूस्टरशायर सॉस आणून द्यायची, डिल पिकल्स जवळ ठेवायची. पबमधला ग्रीक स्वैपाकीही त्याला आवडणारे पदार्थ आठवड्यातून दोन-तीनदा हमखास करायचा.

सहा वाजता रायलीबरोबर चालतचालत पबमध्ये जायचं, रायलीला मागच्या बाजूने नेऊन स्वैपाकघराच्या दाराशी बांधायचं. रायलीचं खाणं घरी झालेलं असल्यामुळे त्याला तिथे फक्त पाणी आणि एक बिस्कीट मिळे. पण पबमधल्या होस्टच्या अगत्याच्या स्वागताने आणि रोज त्याला मायेनं खाऊ घालणाऱ्या वेट्रेसेस बरोबर गप्पाटप्पा करत जेवता आलं, की हॅरॉल्डला छान वाटायचं. मग परत रायलीसह

चालत घरी आल्यावर झोपही छान यायची.

तेवढी संध्याकाळची ठराविक हौसमौज सोडली तर बाकी दिवसभर ह्याच्यासाठी, त्याच्यासाठी तो मनोभावे राबत असे. एकटेपणावरचा हा त्याचा उपाय होता. काम करायची चाकोरी दिवसांना असली, की सकाळी उठायला उत्साह वाटायचा. लोकांच्यामध्ये दिवस गेला, की सार्थक झाल्यासारखंही वाटायचं. पण त्याचं हे व्रतासारखं निष्ठेने केलेलं स्वयंसेवेचं काम त्या त्या ठिकाणच्या लोकांच्या दृष्टीने केवळ अनमोल होतं.

त्या सर्वांच्या मनापासून दिलेल्या आभारांच्या शब्दांमधून आणि क्वचित कधीतरी मिळणाऱ्या कौतुक-भेटींमधून हॅरॉल्डला त्याची पावती मिळायची आणि तेवढीच त्याला पुरायची.

शनिवार-रविवारसाठी त्यानं काही बांधील काम घेतलं नव्हतं. पण ज्या वस्तीत तो राहत असे, तिथे जी काही लहानमोठी कामं शेजारपाजारी उपटली असतील, ती करायला मग वेळ मिळत असे त्याला. हॅरॉल्ड हँडीमॅन होता, हरहुन्नरी होता, म्हणून शेजारपाजारी त्याला चांगला भाव होता. कधी कोणाला भिंतीवर फोटोफ्रेम लटकावून देणं, नाहीतर कुणाच्या गळणाऱ्या नळाचा वॉशर बसवून देणं, किंवा जवळजवळ असलेल्या तीसबत्तीस घरांच्या नंबर-प्लेट्सवर बसलेली धूळ पुसून त्यांच्या वरचे आकडे नीट रंगवणं, असली निकडीची किंवा रिकामपणाची कामं करायला हे शनिवार-रविवारचे दिवस राखलेले असत. डोळे चोळताचोळता त्याच्या लक्षात आलं की रविवार आहे, म्हणजे जरा शांतपणे उठायला आज हरकत नव्हती.

नाहीतरी जाग आल्याआल्या तटकन उठून उभे राहायचे दिवस अलीकडे राहिले नव्हते. दिवसभराची दमणूक रात्री झोपेत भरून निघायला हवी, पण अलीकडे तशी ती निघेलच, अशी खात्री नसे. प्रत्येक दिवसाचा तोंडवळा कसा असेल, तेही सांगता येत नसे.

शरीर आपलंच असलं, तरी मध्येच अनोळखी व्हायला लागलं होतं. आत्तादेखील त्याच्या पायांत भरून आलेलं त्याला जाणवलं. हातापायांची बोटंही आखडल्यासारखी झाली होती. हॅरॉल्ड पलंगाच्या काठावर बसला. प्रथम त्याने दोन्ही हातांची बोटं एकमेकात गुंतवून सावकाश विरुद्ध बाजूंना खेचली, तळव्यांतून मागे वळवून ताणली. मग पंज्यांनी बोटं दाबली. सांध्यांचे आवाज करत बोटं मोडली. मग पलंगाच्या कडेवर बसल्याबसल्या त्याने पाय उचलून जमिनीशी समांतर धरले आणि एकेक पाऊल खुब्याभोवती गोलगोल फिरवलं. मग दुसऱ्या बाजूने उलटं फिरवलं, वरखाली केलं. असे हळूहळू पाय मोकळे केले आणि मगच तो उठून ताठ उभा राहू शकला.

संधिवाताचा त्रास अलीकडे वाढलाच होता. आता या वयाला हे चालायचंच,

असं म्हणून स्वत:च्या मनाचं समाधान करण्याची त्याला सवय होती म्हणून बरं.

पण या भयानक उकाड्याने काल रात्री धड झोपदेखील लागली नव्हती. मध्ये दोन वेळा उठावं लागलं होतं आणि वॉशरूममधून जाऊन आल्यावर ग्लासभर पाणी पिऊनही ओठ कोरडेच पडल्यासारखं वाटत राहिलं होतं. सध्या कॅनडाच्या पश्चिमेला आलेली ही गरमीची लाट असह्य होती. या पॅसिफिक नॉर्थवेस्ट भागात जुलै महिन्यात तीस अंश सेल्सियसच्या पलीकडे गेलेलं तापमान म्हणजे झालं काय!

हा काय भारत थोडाच आहे!

या भागात खरं म्हणजे बारा महिने हिरवंगार असायला हवं. आपल्या लहानपणची तशी हवा त्याला आठवत होती. पण सध्या या व्हॅंकूव्हर-रिचमंड भागातली सगळीकडची झाडंझुडपं तहानलेली होती. चर्चच्या बागेतदेखील गवत वाळून चाललं होतं. कारण शहरात पाण्याचं रेशनिंग सुरू झालं होतं. आठवड्यांतून फक्त दोन दिवशीच आणि तेही फक्त सकाळी आणि संध्याकाळी तीन तासच गवताला पाणी देता येत होतं. बाकी फुलझाडांना किंवा फळभाजीच्या मळ्यांना पाणी घालायला परवानगी होती.

शहराबाहेरच्या जंगलात सुकलेली झाडं, वाळक्या काटक्या, सुकी पानं, अशा गोष्टींमुळे एखाद्याच निष्काळजी ठिणगीपायी आगी-वणवे पेटत जात होते. ती होरपळ टीव्हीवर पाहताना आपल्याला हताश वाटत राहायचं. सगळ्या चांगल्या आशाआकांक्षाची होळी पेटल्यासारखं सुन्न वाटायचं.

तसं पाहिलं तर इथे आठवड्यांमागून आठवडे रिपीरिपी पाऊस पाहायची नेहमीची सवय. तसे उन्हावाचूनचे ओले आठवडे गेले, तर काही वाईट नाही. पावसालाच ओलं ऊन म्हणून आरामात असतो आपण. पण या पावसापाण्यावाचूनच्या उकाड्यानं मात्र प्राण कंठाशी येतात. जगात सगळीकडेच गरमी वाढतेय, म्हणतात. ज्यांना असल्या हैराण करणाऱ्या गरम हवेची सवय असेल, त्यांना काही वाटत नसेल. पण हॅरॉल्डला मात्र या उकाड्याने नामोहरम केलं होतं. भयानक चिडचिडल्यासारखं झालं होतं. आपल्या आख्ख्या आयुष्याचा रखरखीत उन्हाळा झालाय, असं त्याला अलीकडे मधूनमधून वाटायला लागलं होतं.

असं का बरं होत होतं? हेलन तर केव्हाच गेली. ती गेल्यावरदेखील दहा-पंधरा वर्षं रायली कुत्र्याची सोबत हॅरॉल्डला होती. पण गेल्याच आठवड्यात त्याचा हा जानी दोस्त रायलीदेखील हेलनसारखाच दूर गेला होता. रायलीच्या आठवणीने हॅरॉल्डने एक सुस्कारा टाकला.

'सुटला बिचारा. हा उकाडा त्याने चुकवला. आता तो कुत्र्यांच्या स्वर्गात, बहुधा कुठेतरी सदैव हिरव्यागार कुरणांमध्ये बागडायला गेला असावा.'

रायली असता, तर त्याला बहिर्दिशेला नेऊन आणायला, त्याला खायला

घालायला म्हणून लगेच हॅरॉल्ड उठता असता. पण आता उठलंच पाहिजे, अशी काही खास निकडच नव्हती. कशासाठी? कुणासाठी?

तसा हॅरॉल्ड मुळात आनंदी स्वभावाचा आणि नेहमीच पेल्यात जे काही आहे तेच बघणारा. पण अलीकडे मात्र काहीतरी निसटल्यासारखं वाटायचं. कुठेतरी काहीतरी खुपत असल्यासारखी भावना त्याच्या मनात जागी व्हायची. रायली गेल्यावर ही भावना फारच तीव्र व्हायला लागली होती. शेल्टरमधून आणखी कोणी प्राणी पाळायला आणायची आता इच्छा होत नव्हती आणि समजा इच्छा झालीच, तरी हिंमत होत नव्हती. कारण त्यांचं सगळं रोजचं दैनिक कर्तव्य आपल्याच्याने निभावेल, अशी आता खात्री देता आली नसती.

शेल्टरमधल्या प्राण्यांवरच आता आपण जीव लावायचा. पण ते करत असतानादेखील हॅरॉल्डला काही विचार छळू लागले होते. आपण त्यांचं करतो, करत राहूही. पण आता आपलं म्हणावं असं कोण आहे या जगात? हेलन गेली, तरी रायली होता. रायली देवाकडे जाताना आपल्याकडे डोळे लावून गेला. आपण त्याला थोपटत होतो. आपली वेळ येईल, तेव्हा कोण असेल जवळ? आपण आणखी किती दिवस हे असे एकाकी काढायचे? कुणासाठी जगायचं? असे प्रश्न भेडसावायला लागले होते. या प्रश्नांना उत्तरं नव्हतीच, पण मन मात्र खिन्न करायची ताकद होती.

असे प्रश्न आठवायला लागले, की उठून काहीतरी काम शोधायचं, एवढंच हॅरॉल्ड करायचा. तसंच त्याने आत्ता केलं. शेजारच्या दोन घरं पलीकडच्या रॉजरची विस्टेरियाची वेल छाटायचं त्याने कबूल केलं होतं. त्यासाठी बागकामाचे कपडे चढवून तो तयार झाला. ते कपडे चढवता-चढवता त्याने काल इस्त्रीच्या टेबलावर काढून ठेवलेला आपला निळा सूट पाहिला. त्यावरून त्याला आठवलं की, आज संध्याकाळी 'फॉगी ड्यू' मध्ये खास जेवण होतं. नव्या मालकाने त्या पबचं नाव बदलायचं ठरवलं होतं आणि आज त्या नव्या नावाच्या पाटीचा अनावरण समारंभ होता.

मुळात जुनं ओळखीचं नाव बदलायचं कशाला, असं हॅरॉल्डचं मत होतं. त्याच्याशी तिथला अनेक वर्षांचा ग्रीक स्वैपाकीही सहमत होता. पण नव्या मालकाने आणि इतरांनी नाव बदलायचं ठरवून भरपूर चर्चा केली होती. शेवटी नाव काय नक्की केलं, ते कोणालाच कळलेलं नव्हतं. मात्र मालकाने आज ते नाव जाहीर करणार असल्याचं लोकांना सांगितलं होतं. त्यासाठी खास वृत्तपत्रात खाद्यस्तंभ लिहिणारे पट्टीचे खवय्ये टीकाकार बोलावले होते, छायाचित्रकारही येणार होते.

हॅरॉल्डला अशा गलबल्यात तिथे जाऊन जेवायची फारशी हौस नव्हती. पण नॅन्सीने त्याला सांगितलं होतं की, आज संध्याकाळी चुकवू नको यायला. तसा तो

सहसा संध्याकाळी पबातलं जेवण चुकवत नसे आणि क्वचित एखाद्या दिवशी जर त्याला यायला जमलंच नाही, तर नॅन्सीचा लगेच दुसऱ्या दिवशी सकाळी घरी फोन यायचा.

'ठीकठाक आहे ना सगळं, हॅरॉल्ड? काल का आला नाही? पाय दुखत होते का? आज बरं आहे ना? आज या बरं का? आम्ही सगळे वाट पाहतो आहोत.'

अशा या अगत्यामुळेच आज संध्याकाळी जरी गर्दी असणार असली, तरी पबमध्ये जायचं त्याने नक्की केलं होतं. त्यासाठी आपला चांगलासा सूट काढून ठेवला होता.

एरवी पबमध्ये बहुतेक लोक जरी अघळपघळ कपड्यात येत असले, तरी हॅरॉल्ड मात्र नेहमी आपल्या चांगल्या कपड्यातच जायचा. डिनर जॅकेट आणि त्याला साजेशा रंगाची मऊ पँट एवढं तरी नक्कीच. बागकाम करताना घालायला जीन्स चालत. पण पबमध्ये जाताना नीटनेटके कपडे करूनच तो जाणार. इतकंच नाही, तर जेवण संपवून उठताना वेट्रेसला चांगली टिपही ठेवणार. त्यात चुकारपणा कधीच करणार नाही. कारण तसं केलं, म्हणजे जेवण कसं व्यवस्थित झाल्यासारखं वाटायचं आणि त्या सवयीमुळेच तो पबमधल्या सगळ्यांचा आवडतं गिऱ्हाईक बनलेला होता.

सबंध दिवस कामात घालवून संध्याकाळी हॅरॉल्ड पबमध्ये पोहचला, तेव्हा तिथल्या वातावरणात एक वेगळाच उत्साह भरून राहिलेला होता. दारावरील नेहमीची पिवळ्या अक्षरातली 'फॉगी ड्यू' ही पाटी आज दिसत नव्हती. तिच्याजागी दुसरीच एक निळी पाटी होती. पाटीवर निळी चादर लपेटली होती. त्यामुळे नवीन नावाची अक्षरं काय आहेत, ते हॅरॉल्डला काही दिसलं नाही. फक्त पूर्वीपेक्षा लहान नाव असावं एवढं कळलं. होस्ट रिक्टरने हॅरॉल्डचं नेहमीप्रमाणे हसून आणि मान खाली झुकवून स्वागत केलं. त्याला त्याच्या ठराविक टेबलाकडं नेलं.

गर्द काळी लाकडी टेबलं ताज्या गुलाबकळ्यांच्या फुलदाण्यांनी सजवलेली होती. शेजारी पांढरे कापडी रुमालही नेहमीप्रमाणे ठेवले होते. पण लगेचच जेवण येणार नव्हतं. प्रथम नामांतराचा सोहळा होणार, मग पेय हातात घेऊन सगळे टोस्ट करणार आणि त्या शुभेच्छा-प्रदर्शनानंतर जेवण.

सगळे निमंत्रित जमलेलेच होते. नव्या मालकाने सर्वांच्या टेबलांवर शॅम्पेनचे पेले दिले होते, पहिलं पेय त्याच्यातर्फे होतं आज. सगळ्यांनी जागा पकडल्या.

मालकाने उभं राहून अगदी छोटंसंच भाषण केलं.

तो म्हणाला की, आज आपण जरी नवे मालक झालो असलो, तरी एके काळी आपणही या पबचे गिऱ्हाईक होतो. या जागेला कितीतरी वर्षांची जुनी परंपरा आहे

आणि आपल्याला तिचा अभिमान आहे. इथल्या स्वैपाकातदेखील जुन्या आणि नव्या गोष्टींचा मिलाफ आहे. स्वैपाक करायची यंत्रं जरी नवी आली असली, तरी स्वैपाकी अनेक वर्षांपासूनचा जुनाच आहे. त्याच्या स्वैपाकातही जुन्याच पाककृती अजून आवडीने बनवल्या जातात आणि नव्या डिशेसमधून त्या खाल्ल्या जातात. बसायच्या खुर्च्या जरी नव्या आल्या असल्या, तरी हाततोंड पुसायला कापडी रुमाल ठेवण्याची, खरेखुरे सिल्वरवेअरचे काटेचमचे वापरण्याची जुनीच परंपरा अजून इथे चालू आहे. टाकाऊ कागद किंवा प्लास्टिक यांना इथे जागा नाही. नवी अनेक हॉटेलं आली, तरी या पबची जुनी गिऱ्हाइकं अजून टिकून आहेत. अशा जुन्या लोकांच्या चांगल्या चांगल्या परंपरा टिकवण्यात आपल्याला रस आहे. असं म्हणून त्याने सांगितलं, की आमच्या पबचे सर्वात जुने गिऱ्हाईक या नात्याने आता मि. हॅरॉल्ड टेलर पबच्या नव्या नावाचं अनावरण करतील.

त्याने हॅरॉल्डच्या हातात एक दोरी दिली. तिची गाठ त्या दारावरच्या पाटीशी जोडलेली होती. हॅरॉल्डने दोरी खेचली आणि त्याक्षणी सर्वांच्या डोळ्यांपुढे नव्या नावाची अक्षरं प्रकाशमान झाली. लोकांनी टाळ्यांचा कडकडाट केला.

हॅरॉल्डने नाव पाहिलं, ***Harold's*** अशी सुंदर तिरकी अक्षरं तिथं चकाकत होती. त्याला क्षणभर नीट काही कळलंच नाही. सर्व जण टाळ्या वाजवत उभेच राहिले होते, ते त्याच्याचकडे पाहत होते आणि हसत होते. सर्वांनी पेले वर केले.

मालकाने टोस्ट केला, **"To Harold, our oldest customer, and dearest friend of many many years, in whose honour, the pub is now called Harold's. Long life and Cheers to Harold !!!"**

सगळ्यांनी हॅरॉल्डच्या नावाचा उद्घोष केला. पेले रिकामे झाले. पुन्हा भरले. सर्वांच्या शुभेच्छांनी हॅरॉल्डचं न जेवताच पोट भरलं.

चारी बाजूंनी चाललेल्या किलबिलाटातून त्याला कळलं, ते एवढंच, की नवं नाव काय द्यायचं, या चर्चेत बऱ्याच नावांचा ऊहापोह झाला. कोणतंच नाव सर्वांना पसंत पडेना. तेव्हा मग मालकाच्या बायकोने सुचवलं होतं की, या पबच्याच सर्वांत जुन्या गिऱ्हाइकाचे नाव द्यावं आणि पबमधल्या सर्वच कामकरी लोकांना हा पर्याय एकदम आवडला होता.

हॅरॉल्डला बरेच दिवस ओळखत असल्यामुळे नव्या मालकालाही तो मान्य होता. सर्वांनी एकमताने कट केला आणि फक्त त्यालाच तेवढं नाव कळू दिलं नव्हतं. कदाचित पुढच्या महिन्यात प्रांतिक दिनाच्या सुमुहूर्तावर हा सोहळा झाला असता, पण हॅरॉल्डचा जानी दोस्त रायली नुकताच गेल्यामुळे तो खिन्न झालेला पाहून मालकाने सर्वानुमते हा नामांतराचा सोहळा लगेच उरकून घेण्याचं ठरवलं होतं आणि म्हणून आजच पबचं नवं बारसं झालं होतं.

आपल्या नावाने यापुढे हा पब ओळखला जाणार आहे, आपलं नाव त्याच्यावर रेखलेलं राहणार आहे, हे हॅरॉल्डला बराच वेळ खरंच वाटत नव्हतं. पण पुन्हापुन्हा सर्वांच्याकडून त्याबद्दलचे आनंदाचे आणि कौतुकाचे उद्गार ऐकून शेवटी घरी जाताना त्याला ते सगळं हळूहळू पचनी पडलं. या अनपेक्षित आपुलकीमुळे मधुनमधून त्याचे डोळे ओले होत होते.

रात्री सगळा सोहळा संपवून घरी परतताना आकाशात नेहमीच्या पावसाळी ढगांची दाटी झाली होती. हॅरॉल्ड कसाबसा घरी पोहचला आणि ढगांनी जोरजोराने टाळ्यांचा कडकडाट केला. नव्या पाटीच्या अक्षरांसारख्या विजा चमकल्या आणि रखरखीत उन्हाळ्याला शह देणाऱ्या शहाण्या जोरदार पावसाने आकाशाला ताब्यात घेऊन पृथ्वीलाही सुखवायला सुरुवात केली.

*

www.ingramcontent.com/pod-product-compliance
Lightning Source LLC
Chambersburg PA
CBHW061137120525
26538CB00040B/1073